लायब्ररी ऑफ यु. एस. काँग्रेस (वॉशिंग्टन)
यांनी निवडलेले पुस्तक

शारदाबाई गोविंदराव पवार

सौ. सरोजिनी नितीन चव्हाण

सकाळ प्रकाशन

सकाळ प्रकाशन

पहिली आवृत्ती : १२ डिसेंबर २००७
आठवी आवृत्ती : मार्च २०२४

लेखिका : **सौ. सरोजिनी नितीन चव्हाण**

प्रकाशक
©अभिजित प्रताप पवार
सकाळ मीडिया प्रा. लि.
५९५, बुधवार पेठ, पुणे ४११००२.

संपादन साह्य : **मल्हार अरणकल्ले**

मुद्रणस्थळ
**विकास प्रिंटिंग ॲण्ड कॅरिअर्स प्रा. लि.
डी-४, एम.आय.डी.सी., शिरोली,
कोल्हापूर-४१६१२२**

समन्वयक : **नेहा नगरकर**

मुखपृष्ठ : **श्रीकांत चव्हाण**

मांडणी : **दत्तात्रय थिगळे**

ISBN : 978-93-89834-83-3

संपर्क : ०२०-२४४० ५६७८ / ८८८८८ ४९०५०
sakalprakashan@esakal.com

अर्पणपत्रिका

कर्मफळाची आसक्ती न बाळगता
कर्तव्यकर्मालाच जीवनशक्ती मानणाऱ्या,
वादळवाऱ्याचे तडाखे सहन करीत
कर्मयोगाचा पर्वत उभा करणाऱ्या,
त्यातूनच ध्येयवादी, निष्ठावान महापुरुषांच्या
निर्मितीची स्फुल्लिंगे मनामनांत फुलविणाऱ्या
तमाम माता-पित्यांना,
त्यांच्यातील इच्छाशक्तीला, चेतनेला, प्रेरणेला,
उमेदीला, आशेला
नम्रतापूर्वक अर्पण.

शारदाबाई पती गोविंदराव पवार यांच्यासमवेत.

विविध वळणांवरील शारदाबाई

पवार कुटुंबीयांचे काटेवाडी येथील जुने निवासस्थान.

डावीकडून - अप्पासाहेब, तानुबाई पाटील, शारदाबाई, अनंतराव व वसंतराव.

डावीकडून (उभे) : विष्णुपंत जगताप, प्रतापराव, वसंतराव, शरदराव, शंकरराव सुर्वे.
(बसलेले) : सुनीताताई, गोविंदराव, शारदाबाई, प्रमिलाअक्का सुर्वे आणि शीलाताई.

माधवराव, रजनी, शारदाबाई व अनंतराव.

डावीकडून (उभे) : प्रतापराव, शरदराव, बाळासाहेब, सुनीताताई, अनंतराव, माधवराव व सरोजताई.
(बसलेले) : पांडुरंगअण्णा, शारदाबाई, गोविंदराव, अप्पासाहेब, नीलाताई व अजित.

पती गोविंदरावांसमवेत शारदाबाई

प्रस्तावना

कुटुंबाच्या किंवा कुटुंबातील विविध घटकांच्या विकासात सामाजिक परिस्थितीचा खोलवर परिणाम होत असतो. चौदाव्या-पंधराव्या शतकात युरोपातील सर्व समाज तंत्रज्ञान आणि समुद्रमार्गे व्यापार यासाठी उद्युक्त झाला होता. नेमका त्याच वेळी भारतीय समाज दारिद्र्याने गांजलेला होता. भारतात यवनांचे राज्य स्थिरावलेले होते. बहुधा यातूनच महाराष्ट्रात तेव्हा भक्तिमार्ग किंवा आध्यात्मिक मार्ग वाढत गेला. सोळाव्या शतकात त्याचा स्फोट होऊन छत्रपती शिवाजी महाराजांसारखे कणखर आणि दूरदृष्टीचे नेतृत्व उदयाला आले. हिंदवी स्वराज्य स्थापन करण्याच्या त्यांच्या प्रखर प्रयत्नांना प्राणपणाने साथ देणारा समाज तेव्हा सर्वच स्तरांतून निर्माण झाला. त्याचे परिणाम महाराष्ट्रावर पुढील दीडशे-दोनशे वर्षे राहिले; पण पेशवाईनंतर पुन्हा स्वातंत्र्याबरोबरच ब्राह्मण-ब्राह्मणेतर वादही पराकोटीला गेला. गांधीहत्येनंतर आता तो खूप निवळलेला असला, तरी महाराष्ट्राबाहेर आजही जातीयवाद प्रकर्षाने दिसतो.

माझे आई-वडील १९२० ते १९७० या पाच दशकांत वाढले. त्यांचे आयुष्य १९६० पर्यंत कार्यरत होते. त्या वेळच्या सामाजिक परिस्थितीचा परिणाम त्यांच्या आचार-विचारांत, महत्त्वाकांक्षेत आणि विविध प्रसंगी स्वीकारलेल्या धोरणांत होत होता. आम्ही भावंडे या साऱ्यांचे भागीदार होतो. या माता-पित्यांच्या बरोबरीने, त्यांच्या कौटुंबिक सहवासात आणि तेव्हाच्या सामाजिक परिस्थितीत आमची जडणघडण होत होती. आई-वडिलांच्या प्रखर इच्छाशक्तीचा प्रभाव आम्हा सर्वांवरच पडला. पुढील वाटचालीत आम्ही भावंडांनी वेगवेगळी

क्षेत्रे निवडली असली, तरी काही मूल्यांची व विचारांची बैठक सर्वांमध्येच होती, आजही ती कायम आहे. भाऊ असो अथवा बहीण, कोणीही याला अपवाद नाही.

जुन्या काळात आपल्याकडील खेड्यांची विशिष्ट रचना असे. तेथील सर्व व्यवहार या रचनेनुसारच होत. गावात बारा बलुतेदार असत आणि त्यांचे गावगाड्यातील स्थान परस्परपूरक - उपयोगी असे. या बलुतेदारांप्रमाणेच आम्ही सर्व भावंडेही एकमेकांना धरून- सांभाळून राहू, यासाठी आई-वडिलांनी जाणीवपूर्वक प्रयत्न केले. एकमेकांचा स्पर्धात्मक विकास घडवीत आणि एकोपा टिकवून ठेवीत त्यांनी हे साध्य केले. सतत तशी दक्षता घेतली. स्वतःला आपल्या कामात पूर्ण झोकून दिले, तरी सामाजिक जाण आणि त्या अनुषंगाने येणारी कर्तव्ये विसरली जाणार नाहीत, बाजूला पडणार नाहीत, याची जाणीव त्यांनी आपल्या बोलण्यातून-वागण्यातून सतत दिली. यामुळे, कोणाला मदत करावयाची झाल्यास, आढेवेढे न घेता ती करण्यास चटकन उद्युक्त होणे, हा आम्हा पवार कुटुंबीयांचा स्थायीभावच होऊन गेला. त्याचे प्रमाण कदाचित व्यक्तिगत कमी-जास्त असू शकेल; पण हा स्वभाव सहजप्रवृत्तीच्या नात्याने घडविला गेला.

जे अपयश मिळाले, त्याची फारशी चिंता कोणी केली नाही. आपापल्या स्वभावानुसार, ताकदीनुसार, जमेल तेवढ्या निरपेक्षपणे सर्व जण जीवन जगत राहिले. अनेकदा लोकांचे समज-गैरसमजही झाले; पण एका मर्यादेपलीकडे त्याचा त्रास होऊ न देता, आपापली कर्तव्ये निष्ठेने करण्याची प्रवृत्ती सर्वांमध्येच राहिली. मला वाटते, आमच्या आई-वडिलांच्या शिकवणीचे-जीवनातील निष्ठांचे हेच यश आहे.

शरदराव मुख्यमंत्रिपदी असताना, १९९४मध्ये त्यांनी महिलांना

सत्तेत तीस टक्के वाटा देण्याचे क्रांतिकारी धोरण जाहीर केले. ग्रामपंचायतींपासून राज्याच्या आणि देशाच्या राजकारणात-सत्तास्थानांत महिलांचा प्रभाव दिसू लागला. सर्व थरांतील महिलांना पुरुषांच्या बरोबरीने समर्थपणाने उभे राहण्याची संधी या धोरणामुळे मिळाली आहे. काळानुसार या सर्व महिला सक्षम होतील यात शंका नाही. माझे वडीलबंधू अप्पासाहेब यांनी 'बारामती कृषी विकास प्रतिष्ठान'तर्फे उभ्या केलेल्या 'शारदा हायस्कूल'चे आणि विद्यार्थिनी वसतिगृहाचे उदाहरणही असेच वेगळे आहे. तेथील शिक्षणाचा भर मुलींच्या आत्मनिर्भरतेवर आहे. स्वसंरक्षणापासून ते व्यावसायिक वृत्ती जपण्यापर्यंत स्वतःची प्रगती साधण्याइतपत व्यक्तिमत्त्वविकास करण्याचा प्रयत्न यामागे आहे. अप्पासाहेबांच्या किंवा शरदरावांच्या या उपक्रमांमागे-निर्णयांमागे निःसंशय आमच्या आईचीच प्रेरणा आहे. आई-वडिलांनी केलेल्या संस्कारांतून पुढे विकसित झालेली अशी अनेक उदाहरणे आम्हा भावंडांच्या बाबतीत सांगता येतील.

शारदाबाई म्हणजे आमच्या मातुःश्री. आम्ही भावंडे आणि इतर सारेच त्यांना बाई म्हणत असू. आम्ही भावंडांनी पुढे वेगवेगळ्या क्षेत्रांत जे काही करण्याचा प्रयत्न केला, त्यामागे बाईंचा मोठा संस्कार आहे. आम्हाला घडविणाऱ्या बाईंबद्दल आतापर्यंत क्वचितच कोठे काही लिहिले गेले. त्यांच्याविषयी फारशी माहिती आज विशेष कोणाला नाही. मुलांवर संस्कार करून त्यांना यशस्वी करणारी ही आई होती तरी कशी? तिने कोणत्या प्रसंगांना तोंड दिले? हा संघर्ष तिने कशा धीरोदात्तपणाने केला? त्यांच्या स्वतःच्या जडणघडणीची आणि मुलांना घडविण्याची ही वाट किती बिकट होती? अशा अनेक प्रश्नांची उत्तरे अद्याप कधीच पुढे आली नाहीत. बाईंच्या वाटचालीची ही कथा उलगडण्याचा प्रयत्न

या पुस्तकाद्वारे केला आहे. लेखिका सौ. सरोजिनी चव्हाण यांनी ही सर्व माहिती संकलित करण्यासाठी खूप कष्ट घेतले, स्वतःचा वेळ खर्ची घातला. लोकल बोर्डाची त्या वेळची कागदपत्रे अभ्यासली. अनेकांच्या मुलाखती घेतल्या. त्यांच्या या धडपडीतून हे पुस्तक साकारले आहे. याबद्दल त्यांचे आभार.

बाईंची ही कथा आजच्या पालकांना उपयोगी ठरावी, संस्कार आणि खडतर स्थितीशी दोन हात करण्याचा कणखरपणा त्यांनीही दाखवावा आणि हे गुण आपल्या मुलामुलींत आणण्याचा प्रयत्न करावा. या पुस्तकाने ही वाट दाखविली, तर बाईंच्या त्या कष्टांचे, संघर्षाचे सार्थक होईल, असे मला वाटते.

– प्रताप पवार

लेखिकेचे मनोगत

स्त्री प्रश्नाचा वेध घेताना, स्त्रियांवरच्या बंधनांचा विचार करताना लक्षात आले, की बंधने म्हणजे तिच्यातील सुप्त क्रियाशीलतेला, सुप्त आविष्काराला मारक ठरणारा; पण वरकरणी आलबेल वाटणारा सोन्याचा पिंजरा आहे. या पिंजऱ्यातून बाहेर पडू पाहणाऱ्या, पडणाऱ्या स्त्रियांच्या क्रियाशीलतेने समाजाची सुधारणाच झाली असताना ही बंधने कशासाठी?

स्त्री-जाणिवेचा शोध घेताना बरेचसे प्रश्न अनुत्तरित राहतात, कारण निरनिराळ्या काळांत, निरनिराळ्या परिस्थितींत स्त्रियांना विविध प्रश्नांना सामोरे जावे लागले आहे. या प्रत्येक वेळी स्त्रीचे आत्मबळ तिला साथ करीत आले आहे; पण हे आत्मबळ निर्माण होण्याची प्रक्रियाच शोधली गेली नाही, तर समाजप्रवाहाला नैतिक बळ कुठून मिळणार? या प्रश्नांची मुळे शोधताना तत्कालीन परिस्थितीचा, तत्कालीन सामाजिक स्थितीचा विचार करताना स्वानुभवांतून, कठोर आत्मपरीक्षणातून काही गोष्टी पडताळून पाहताना लक्षात येत गेले, की मनुष्याला जन्मजात चिकटून आलेल्या किंवा मानव प्राण्याच्या अजिबातच हातात नसलेल्या किंवा स्वतः ठरविण्याच्या पलीकडे असलेल्या गोष्टी, म्हणजे कौटुंबिक जीवन, राजकारण, अर्थकारण, समाजकारण. व्यक्ती, कुटुंब, संस्था, समाज, राष्ट्र या सर्वांचा एकत्रित विचार करताना व्यक्तीच्या- मग ती स्त्री असो वा पुरुष असो- अंतर्बाह्य वर्तणुकीचा, विचारांचा, संस्कारांचा, राष्ट्राच्या जडणघडणीवर जास्तीत जास्त परिणाम होत असतो.

तसेच कोणत्याही व्यक्तीचे- मग ती स्त्री असो वा पुरुष- तन, मन, बुद्धी ही सुसंस्कारांनी, सद्विचारांनी, सद्वर्तणुकीने व्यापली गेली, तर तो

मार्ग संपूर्ण कुटुंबाच्या, समाजाच्या, राष्ट्राच्या सुरक्षित मानसिकतेकडे, सुसंस्कारित जडणघडणीकडे आणि सुसंबद्ध प्रगतीकडे जातो.

शारदाबाईंचे वेगळेपण, कर्तृत्व मला इथे भावले, जाणवले. लौकिक अर्थाने कोणतीही मोठी पार्श्वभूमी नसताना, केवळ स्वतःच्या बुद्धिवादी विचारसरणीने त्यांनी जीवनाच्या सर्व अंगांना नुसता स्पर्शच केला नाही, तर त्यामध्ये मूलभूत बदल घडवले. बाईंनी देशाच्या प्रगतीचा विचार करताना कुटुंबाच्या एकसंध जडणघडणीबरोबरच व्यक्तीच्या सुसंस्कारांचा पाठपुरावा केला. त्यासाठी बाईंनी अवलंबिलेली 'संस्कार-ग्रहण व संक्रमण' ही प्रक्रिया फार वेगळी व परिणामकारक ठरली, त्यामुळे संस्कारांची ही प्रक्रिया नेमकी काय आहे, की ज्यामुळे व्यापक विचारसरणीचा पाया घातला गेला व लौकिक अर्थाने प्रचंड यश मिळत गेले, याचे अवलोकन हाच या पुस्तकाचा मूळ गाभा ठरून गेला.

खरे तर, नुसत्या आठवणींच्या माध्यमातून बाईंच्या व्यक्तिमत्त्वाचे कंगोरे दाखविण्याचा हा प्रयत्न नक्कीच नाही. बाईंच्या जीवनकार्याशी संबंधित; परंतु अजूनही अप्रसिद्ध अशा स्मरणांची साखळीही बांधायची नाही, तर या सर्व आठवणींमधून, कार्यामधून, दिलेल्या संस्कारांतून त्यांचे एक वेगळे रूप मला साकारायचे होते. तत्कालीन परिस्थितीचा आढावा घेताना, त्या काळाच्या वातावरणात शिरता-शिरता बाईंनी उभ्या केलेल्या कर्तृत्वाची मनाला जास्त भुरळ पडत गेली.

चरित्र म्हणजे कल्पनेने लिहिलेली एखादी कथा नव्हे किंवा सुचेल तशी लिहिलेली कादंबरी नव्हे, तर त्या व्यक्तिमत्त्वाच्या अंतरंगात, अंतर्मनात शिरून तिने उभ्या केलेल्या कार्यामागच्या अंतःप्रेरणेचा शोध घेणे. इथे बाईंसारख्या व्यक्तीच्या अंतरंगात, अंतर्मनात शिरून त्यांना शोधणे हे खरोखरीच मोठे आव्हान होते. बाईंनी स्वतःचे मन, दुःख कधी

कोणापुढे उघड केले नव्हते. यासंबंधी त्या कोणाशी फार बोलत नसत. बाईंबद्दल सांगणारी, बाईंच्या बरोबरीच्या काळातील माणसेही फारशी मिळाली नाहीत; पण तरीही हे सर्व मांडण्याचे आव्हान छान वाटत गेले. याला कारणही तसेच सुंदर आहे, की बाईंना मुळात का वाटले असावे सगळ्याच मुलांना मोठे बनवावे? वेगवेगळ्या क्षेत्रांत पाठवावे? हे सर्व घडताना कोणतीही पार्श्वभूमी तर दिसत नाही, मग हे सर्व आईच्या विचारांच्या ताकदीतून घडावे? मग कशी होती ही आई?

सुरवात केली, तर समोर सगळा अंधारच होता. चर्चा करीत गेले, तशी अर्धवट-अर्धवट माहिती समोर येत गेली; पण वाट काही नीटशी मोकळी होईना.

हे काहीतरी खूप वेगळे व्यक्तिमत्त्व आहे, हे प्रकर्षाने जाणवत गेले. मग हे व्यक्तिमत्त्व स्वतः कसे घडले? पुन्हा सगळीकडे माहितीचा काळाकुट्ट अंधार. ती परिस्थिती, तो काळ, ते वातावरण कसे होते, हे जेव्हा चाचपडायला जावे, तेव्हा एखाद्या दालनाचे दार किंचित उघडले जायचे, की आत पुन्हा काळोख! खूप चर्चेअंती लक्षात आले, की स्वतःच स्वतःला स्वयंप्रकाशित बुद्धिमत्तेने घडवलेले हे रूप आहे. या रूपाभोवती सर्व काही स्पष्ट, मनाची सखोलता, विचारांची पारदर्शकता आहे. सामान्य समाजाविषयी तळमळ, कणव आहे. परिस्थितीला बदलायची, परिस्थिती जिंकण्याची ताकद आहे; पण स्वतःचे काही वेगळे अस्तित्व असावे, असे उत्स्फूर्तपणे जगणे त्यांच्या वाट्याला आले नाही. हे जगणे कायमच भोवतीच्या परिस्थितीच्या दबावाखाली राहिले आहे. तरीही मुलांना असामान्य घडवायचेच, ही प्रबळ महत्त्वाकांक्षा मनात बाणली गेली, तसेच घडवले गेलेही; पण हे सर्व प्रत्यक्षात साकारले गेलेले दिव्य स्वप्न पाहण्याचे भाग्य नाही मिळाले.

श्री. गोविंदराव पवार यांनी, म्हणजेच आबांनी खूप निर्मळ मनाने बाईंना साथ दिली. कधी-कधी आबांच्या कष्टाकडे, कर्तृत्वाकडे, प्रामाणिकपणाकडे, तत्त्वनिष्ठेकडे पाहताना वाटून जाते, फलाची अपेक्षा न धरता कर्म करणे, हे तत्त्व केवळ तत्त्वापुरते मर्यादित असावे. निरपेक्ष बुद्धीने कार्यरत राहणे कधी-कधी निराशाजनकही ठरू शकते. सामाजिकतेचे भान राखताना, तत्त्वनिष्ठ प्रामाणिकपणा बाळगताना, स्वअपेक्षांची पूर्ती घडवायचीच नाही इतके वैराग्यही अंगी असून चालत नाही.

बाईंनी लोकल बोर्डात केलेले कार्य खूप अचंबित करणारे आहे. त्या दालनात मी खूप छान रमले. सर्व बारीकसारीक माहिती गोळा झाली, तसतशी मनाला अपार शांती मिळत गेली. त्या अप्रसिद्ध, प्रसिद्धिपराङ्मुख कार्यापुढे नतमस्तक होताना स्वत्व, मीपणा विसरत गेले. अतिशय दिव्य, सुखकारक अनुभव बाईंच्या या कार्यातून मिळाला. याचे मूळही तसेच आहे, की बाईंनी लोकल बोर्डाच्या माध्यमातून स्वातंत्र्य चळवळीत दिलेल्या योगदानाचा झाकून गेलेला इतिहास उकलण्याचे परमभाग्य मला मिळाले. इतिहासातील अशा अलिखित गोष्टी चाचपून पाहून त्यांचा अन्वयार्थ लावून पाहण्याचे आव्हान खरोखरी फार मोठे आहे. बाईंचा थोरला मुलगा गेल्यानंतर बाईंनी ज्या पद्धतीने घराची पुनर्उभारणी केली, इतर तरुण मुलांना योग्य मार्गाने जाणे भाग पाडले, ते सर्वच अनाकलनीय, अचंबित करणारे होते. या काळातील बाई शोधणे हा गूढगम्य प्रवास होता. या टप्प्यातील बाईंना शब्दांत पकडून ठेवणे खरोखर खूप कठीण गेले.

बाईंची सर्व मुले कर्तृत्वाने मोठी झाली, म्हणून आईचा मोठेपणा व आईच मुळात महान होती, म्हणून मुलांमध्ये संक्रमित झालेला मोठेपणा,

हा संस्कारग्रहणाचा व संक्रमणाचा प्रवास कसा, काय असावा? त्यातून उत्तुंग यश कसे मिळाले असावे? या यशाच्या बीजांची, सूत्रांची सुसंबद्ध मांडणी पुस्तकरूपाने यावी, हा विचार दीर्घकाळ मनात रेंगाळत होता; पण प्रत्यक्ष कामाला सुरवात केल्यानंतर माहिती संकलनाचे काम मोठे होते. अकराही मुलांचे विविध क्षेत्रांतील कर्तृत्व व त्याचे मूळ बाई-आबांमध्ये आहे, हे दिसतेय; पण प्रत्यक्ष लिहिताना, मांडणी करताना एकंदरीतच पुस्तकाची रचना करणे खूप-खूप क्लिष्ट होते. पूर्ण पुस्तकाचे अनेकदा लेखन झाले, अनेकदा बदल केले गेले, पुन्हा बदलांसहित लेखन केले गेले.

या संपूर्ण संकल्पनेला मा. श्री. प्रतापराव पवार यांनी सातत्याने प्रोत्साहन दिले आणि मार्गदर्शन केले. या पुस्तकाला मूर्तरूप देण्यासाठी त्यांनी खूप वेळ दिला. जे सहकार्य केले, ते शब्दातीत आहे. त्यांच्या ऋणातच राहणे मी पसंत करीन.

माहिती जमविण्यासाठी, चर्चा करण्यासाठी मुंबई, कोल्हापूर, कऱ्हाड, सातारा, बारामती, काटेवाडी अशा ठिकाणी वेळोवेळी भेटी दिल्या. जिल्हा परिषदेतून लोकल बोर्डाची जुनी सर्व कागदपत्रे मिळवून अभ्यासली. सेवासदन, सहकार खाते, भवानीनगर येथील छत्रपती सहकारी साखर कारखाना, बारामतीतील शैक्षणिक संस्था, बारामती नगरपरिषद, रयत शिक्षण संस्था, सातारा येथून माहितीवजा पुरावे गोळा केले. तसेच जयकर ग्रंथालय, पुणे विद्यापीठ, 'सकाळ' ग्रंथालय, 'केसरी' ग्रंथालय अशा वेगवेगळ्या ग्रंथालयांमधूनही माहिती गोळी केली, शोधनिबंध अभ्यासले, अफाट वाचन केले.

डॉ. सौ. रजनी इंदुलकर यांनी वेगवेगळ्या व्यक्तींची भेट घालून देण्याच्या कामात, त्या व्यक्तींकडून चर्चेद्वारे माहिती मिळविण्याच्या

कामात मोलाची मदत केली. पती श्री. नितीन चव्हाण यांच्या सहभागाशिवाय काम पूर्ण होणे शक्य नव्हते. सततच्या चर्चा, भेटीगाठी, माहिती संकलन, लेखन या संपूर्ण कामामध्ये कोणताही खंड पडू न देण्याची पूर्ण दक्षता त्यांनी घेतली. मार्गदर्शक सूचना केल्या. माझी मुले शिवेंद्रसिंह आणि राजलक्ष्मी यांनी या संपूर्ण कालावधीत मला खूप समजून घेतले म्हणण्यापेक्षा खूप सहन केले, असे म्हणणे जास्त सयुक्तिक ठरेल.

याशिवाय प्रत्यक्ष-अप्रत्यक्ष ज्यांचे आशीर्वाद मला लाभले, त्या सर्वांचे मनःपूर्वक आभार!

– सौ. सरोजिनी नितीन चव्हाण

१

अनेक रानफुले अतिशय सुवासिक असतात. तथापि, ती रानातच उमलतात, फुलतात, आपला आसमंत सुगंधाने दरवळून टाकतात आणि तेथेच कोमेजूनही जातात. समारंभाच्या व्यासपीठापर्यंत ती पोचण्याची शक्यताही नसते. प्रसिद्धीच्या झगमगाटापासून दूर राहिलेल्या अशा फुलांची समाजाला फारशी माहितीही होत नाही. शारदाबाईंची व्यक्तिरेखा या रानफुलासारखीच.

बाईंच्या विशिष्ट संस्कारांच्या, शिकवणुकीच्या पठडीत तयार झालेली अकरा जणांची पिढी अकरा विभिन्न क्षेत्रांत अतिशय कर्तृत्ववान म्हणून गणली गेली; मात्र लौकिक अर्थाने प्रसिद्ध असणाऱ्या 'या अकरा जणांची आई' एवढीच बाईंची ओळख नाही. नुसतेच आई म्हणवून घेणे सोपे आहे; आईपण जपणे, निभावणे फार कठीण आहे. बाईंनी याहीपलीकडे जाऊन 'आईपणा'ला मोठा अर्थ प्राप्त करून दिला आहे. 'आई' म्हणून त्या जितक्या महान होत्या, त्याहूनही जास्त महान त्या एक 'व्यक्ती' म्हणून होत्या. त्यांची स्वतःची आदर्श वर्तणूक, कौटुंबिक मूल्यांप्रतीची जाण आणि सामाजिक ऋणांचे नैतिकतेतून जपलेले भान या सर्वांतून त्यांच्या प्रगल्भ व्यक्तिमत्त्वाचे कंगोरे उलगडत जातात; मात्र व्यक्तिगत जीवनात उत्तुंग कर्तबगारी साध्य करणाऱ्या, हिमालयाएवढ्या उंचीची मुले देणाऱ्या बाईंचा जन्मापासूनचा प्रवास म्हणजे अडथळ्यांची प्रदीर्घ शर्यत होती. कोल्हापूरपासून जवळच पन्हाळा गड आहे. त्याच्या खाली गोलिवडे गाव आहे. (कै.) कृष्णराव सखाराम भोसले यांचे हे मूळ गाव. कालांतराने व्यवसायानिमित्त कृष्णराव भोसले कोल्हापूरला स्थायिक झाले. मातुःश्री लक्ष्मीबाई व पिता कृष्णराव यांच्या पोटी ता. १२ डिसेंबर १९११ रोजी शारदाबाईंचा जन्म झाला. बाईंना थोरल्या दोन बहिणी व एक भाऊ अशी भावंडे होती. शारदाबाईंचे वडील व्यावसायिक होते, तर आई सात्विक वृत्तीच्या, प्रेमळ, जुन्या वळणाच्या, काटक,

हसतमुख गृहिणी. बाईंचे बालपण पुरोगामी विचारांच्या कोल्हापूरमध्ये गेले. रितीप्रमाणे थोरल्या बहिणींची लवकर लग्ने झाली. भाऊ शिकत होते. सर्वांत थोरली बहीण सौ. कमलादेवी यांचे लग्न सुविद्य व सुसंस्कृत गृहस्थ श्रीपतराव जाधव ऊर्फ काकासाहेब यांच्याशी झाले होते. काकासाहेबांना राजर्षी शाहूंचा निकटचा सहवास लाभला होता. राजर्षींनी स्थापन केलेल्या 'व्हिक्टोरिया मराठा बोर्डिंग'मधून म्हणजेच सध्याच्या 'श्री शाहू छत्रपती मराठा विद्यार्थी वसतिगृहा'तून त्यांनी इंग्लिश चौथी ते पी.ई पर्यंतचे शिक्षण पूर्ण केले होते. त्यानंतर काकासाहेबांचे बाईंच्या बहिणीशी लग्न झाले. सौ. कमलादेवी स्वभावाने फार शांत, दूरदर्शी व महत्त्वाकांक्षी होत्या. काकासाहेबांनी पुढे शिकावे, असा आग्रह त्यांनीच धरला. त्याप्रमाणे त्यांनी पुण्याच्या शेतकी कॉलेजमध्ये प्रवेश घेतला आणि बी. एजी. म्हणजे 'बॅचलर इन ॲग्रिकल्चर' ही पदवी प्राप्त केली. शिक्षण पूर्ण झाल्यानंतर काकासाहेब त्या काळच्या मुंबई सरकारच्या शेतकी खात्यात डिस्ट्रिक्ट ॲग्रिकल्चरल ओव्हरसियर म्हणून नोकरीला लागले. या दांपत्याच्या मुलीचे नाव प्रमिलाअक्का. तिच्या जन्मानंतर लगेचच सौ. कमलादेवींना क्षयासारख्या दुर्धर आजाराने गाठले, त्यामुळे त्यांना हवापालटासाठी आणि औषधपाण्यासाठी कार्ल्याला हलविण्यात आले; परंतु आजार फारच बळावला. औषधोपचारांनीही फरक पडेनासा झाला, आणि त्यानंतर थोड्याच दिवसांत त्यांचा अंत झाला. बाईंना बालवयात या कटू अनुभवाला सामोरे जावे लागले. बाई तेव्हा केवळ चार वर्षांच्या होत्या. हे वर्ष होते १९१५. प्रमिलाअक्का तेव्हा केवळ दहा महिन्यांची होती. तान्ह्या प्रमिलेला सांभाळण्याची जबाबदारी बाईंच्या मातुःश्रींवर येऊन पडली. इथून प्रमिलाअक्का आणि बाई जिवाभावाच्या सोबती बनल्या. शेवटपर्यंत हे नाते टिकून होते! पुढे काही दिवसांनी बाईंचे वडीलही आजारी पडले. त्यातच त्यांचे निधन झाले. त्यासमयी

बाईंचे वय सात-आठ वर्षांचे होते. पित्याची माया काय असते, हे समजण्याच्या आतच पितृछत्र हरपले होते. कर्तबगार व्यक्तींच्या दैदीप्यमान वाटचालीअगोदर नियती रडीचा डाव खेळते, तसाच काहीसा प्रकार बाईंच्याही बाबतीत होत होता. पितृछत्र हरपल्यामुळे संपूर्ण कुटुंबच निराधार बनले. या काळात या कुटुंबाला काकासाहेबांचा आधार मात्र एखाद्या वटवृक्षाप्रमाणे लाभला. त्यांनी बाईंच्या भावाला, बाईंना आणि त्यांच्या मातुःश्रींना सांभाळण्याची जबाबदारी स्वीकारली. छोट्या प्रमिलेला सांभाळण्याची अडचण होतीच, कारण काकासाहेबांची फिरतीची नोकरी होती. त्यांनाही पत्नीच्या निधनाचे दुःख झालेले होते. प्रमिलेची देखभाल बाईंच्या मातुःश्री करू लागल्या. एकमेकांच्या आधाराने कुटुंबाची घडी नीट बसवली गेली.

काकासाहेबांची शेतकी खात्यातील नोकरी प्रामुख्याने पुणे जिल्ह्याचा बारामती भाग, सोलापूर जिल्ह्यातील माळशिरस आणि माढा तालुका व नगर जिल्ह्यातील कोपरगाव तालुक्यात झाली. ज्या ज्या भागांत ते गेले, तेथे त्यांनी शेतकरीवर्गाला शेती सुधारणा पद्धती, खतांचा वापर, अधिक पिके कशी घेता येतील, शेतीला उपद्रव देणाऱ्या जनावरांचा बंदोबस्त कसा करता येईल, वगैरे बाबतींत सातत्याने मार्गदर्शन केले. त्यासाठी ते शेतीची प्रदर्शने भरवीत असत. बहुजन शेतकरी समाज त्यांना 'लोकमित्र' समजत असे. वरिष्ठ अधिकाऱ्यांकडून स्वतःच्या बाबतीत झालेले अन्याय त्यांनी मोठ्या बाणेदारपणाने सुधारून घेतले. कोणताही क्षण फुकट दवडायचा नाही, कोणत्याही कामात माघार घ्यावयाची नाही, की टाळाटाळ करावयाची नाही, सर्वांशी खेळीमेळीने वागायचे, असा त्यांचा स्वभाव. सामाजिक कार्यात हिरिरीने भाग घेण्याच्या त्यांच्या प्रवृत्तीचा आणि अफाट जनसंपर्काचा परिणाम बाईंच्या संवेदनशील मनावर निश्चितच खूप झाला. काकासाहेब जेव्हा कामानिमित्त इतर

गावांना भेटी देत, तेव्हा प्रमिलाअक्कांना आणि बाईंना बरोबर घेऊन जात. समाजातल्या वरिष्ठ श्रेणींतील व्यक्तींच्या तत्कालीन सुधारकवर्गांच्या गाठीभेटी घेत. या सर्वांना जवळून पाहिल्यामुळे बाईंचे मनही उदार, सर्वसंग्राहक, समाजकार्याची आवड निर्माण होणारे न बनते तरच नवल! काकासाहेबांची सरकारी कामांची कार्यपद्धती म्हणजे, एखाद्या कठीण कामाविषयी अगदी प्राथमिक स्वरूपापासून अद्ययावत माहिती मिळवून ते मोठ्या तत्परतेने पार पाडीत. या कार्यपद्धतीचा उपयोग बाईंनी पुढे जिल्हा लोकल बोर्डामधील कामकाजात करून घेऊन, आपल्या कार्याचा वेगळाच ठसा उमटविल्याचे जाणवते.

तसे एकंदरीत पाहायला गेले, तर बाईंचे बालपण हे बालपण नव्हते. खेळण्या-बागडण्याची छोटीशी दुनिया कुठेतरी हरवली होती. वडिलांच्या व बहिणीच्या मृत्यूचे दुःख बालमनाला चटका लावणारे ठरले; पण कदाचित यातूनच संकटांना, परिस्थितीला ठामपणे सामोरे जाण्याची त्यांची कणखर वृत्ती पुढे निर्माण झाली असावी. या दोघींनी शिकून मोठे व्हावे, असे काकासाहेबांना वाटत असे. राजर्षी शाहूंच्या विचारांमुळे त्यांचीही विचारसरणी पुरोगामी बनली होती. पण केवळ नोकरीच्या मिळकतीवर सर्व कुटुंबाचा, शिक्षणाचा भार पेलणेही शक्य नव्हते. त्यावर मार्ग म्हणून त्यांनी या दोघींनाही वसतिगृहात ठेवून शिकविण्याचा निर्णय घेतला. त्यासाठी त्यांनी 'सेवासदन' या संस्थेची निवड केली. लहान शारदेच्या बुद्धिमत्तेला व चुणचुणीतपणाला या निर्णयामुळे छान वाव मिळाला. त्यांच्या अस्थिर जीवनाला 'सेवासदन'मधील शिक्षणामुळे स्थिरता आली, आतापर्यंतची वाटचाल हे जरी अंधारात चाचपडणे होते, तरी हा निर्णय लहान शारदेच्या आयुष्यात एक आशेचा किरण निर्माण करणारा ठरला.

* * *

२

हे वर्ष असावे साधारणपणे १९१९. या दरम्यानच्या काळाचा जर विचार केला, तर 'मुलींना शिकवणे' हे परंपरागत रूढी-पद्धतींत कुठेच बसत नव्हते; पण बाईंच्या मातुःश्रींनी शिकायला परवानगी दिली नसती आणि काकासाहेबही नसते, तर बाईंनाही शिकण्याची संधी कधीच मिळाली नसती. याचे कारण म्हणजे मुलगी ही परक्या घराचे धन असते, यामुळे तिला शिकवून मोठे करावे हा विचारही त्या काळी सामान्यांच्या मनात येत नसे. त्या वेळच्या समाजपद्धतींत धर्म व परंपरागत रूढी हेच महत्त्वाचे घटक होते. त्या काळी स्त्रियांचे जीवन बालविवाह, निरक्षरता, जरठकुमारी विवाह, विधवा पुनर्विवाहबंदी, भ्रूणहत्या, केशवपन, सती प्रथा, बहुपत्नीकत्व या अष्टशृंखलांनी बंदिस्त झालेले होते. चौकटबद्ध जीवन, घट्ट जातिव्यवस्था, अपरिवर्तनीय विवाहसंस्था व कुटुंबसंस्था यामुळे स्त्रियांच्या विकासावर खूपच मर्यादा आलेल्या होत्या. लहान मुलीला पूजेची तयारी करता आली, पाटपाणी करता आले, धान्य कांडता-निवडता आले, स्वयंपाक, धुणी-भांडी करता आली, म्हणजे कुटुंबप्रमुखाच्या दृष्टीने तिचे पुरेसे शिक्षण झाले, असेच तेव्हा समजले जाई. तत्कालीन शैक्षणिक स्थितीही, 'स्वयंपाक येणे म्हणजे मॅट्रिक पास होणेच आहे,' अशाच समजाची होती. बहुजन समाजातील स्त्रियांची परिस्थिती तर आणखीच बिकट होती. या समाजातील पुरुषांच्याच शिक्षणाची सोय नसे, तर स्त्रियांकडे कोण लक्ष देणार, अशी स्थिती तेव्हाही आणि त्यानंतरची कितीतरी वर्षे होती. स्त्रियांनी घराबाहेर पडायचे ते गोशा घेऊन व पादत्राण न घालता! तिथे शिक्षण आणि तेही मुलींसाठी हा विचारदेखील अशक्य होता! एवढेच नाही, तर शिकणाऱ्या मुलींनाही, 'या शिकून काय फार मोठे दिवे लावणार? शेवटी संसारच करायचा आहे ना?' असे टोमणे ऐकावे लागत; मात्र मुलींच्या शिक्षणा बाबत काकासाहेबांची मते फार वेगळी होती, दृष्टिकोनही खूप

व्यापक होता. मुलांप्रमाणेच मुलींनीही शिकले पाहिजे, या मताचे ते होते. काकासाहेबांच्या अशा विलक्षण प्रभावी, वेगळ्या व पुरोगामी विचारसरणीचा प्रभाव बाईंच्या व्यक्तिमत्त्वाच्या जडणघडणीवर झाल्याचे बाईंच्या पुढील काळातील कर्तृत्वातून जाणवते.

ब्रिटिश भारतात सर्वसत्ताधीश झाल्यावर त्यांच्या सुधारणावादी धोरणांचा परिणाम स्त्री जीवनावर झाला. स्वतंत्र शिक्षण संस्थांच्या माध्यमातून नवे विषय येत गेले. शिक्षणामुळे स्त्रियांमध्ये जागृती निर्माण झाली. अशाच काळात पुणे शहरामध्ये सुधारकांच्या नवमतवादाचा प्रभाव होता. एकोणिसाव्या शतकात सुधारणाविषयक जी वादळे झाली, त्यांच्या केंद्रस्थानी धर्म व स्त्रीच होते. पुण्यामध्ये प्रामुख्याने व्यासंग, संशोधन, शिक्षणप्रसार, राष्ट्रीय चळवळी या माध्यमांतून लोकजागृतीसाठी धडपड सुरू होती.

स्त्रियांनी पुरुषप्रधान संस्कृतीविरुद्ध उभे ठाकले पाहिजे, यातील अपरिहार्यपणे पुढे येणारा मुद्दा होता, तो म्हणजे आर्थिक स्वावलंबन हा. आर्थिक स्वावलंबनाचा मुद्दा केंद्रीभूत मानूनच पुण्यातील एक विदुषी रमाबाई रानडे यांनी 'सेवासदन' या संस्थेची स्थापना केली. रमाबाई या न्या. रानडे यांच्या पत्नी. समाजातील असहाय, निराधार स्त्रियांना आधार देतानाच, आर्थिक स्वावलंबन व शिक्षण यांचा ताळमेळ साधला जाईल, हे प्रामुख्याने 'सेवासदन'मध्ये पाहिले जात असे. संस्थेने त्या काळी स्त्रियांसाठी वसतिगृह काढले. बाईंसारख्या पितृछत्र हरपलेल्या मुलींना संस्थेचे वसतिगृह हे दुसरे घरच मिळाले होते.

'ज्ञान हे समाजक्रांतीचे खरे हत्यार आहे' या तत्त्वापासून तर 'सेवासदन'ची सुरवात आहे. रमाबाईंनी 'सेवासदन'च्या माध्यमातून स्त्री-जीवन-विकासासाठी ग्रंथालय, वाचनालय, मोफत दवाखाना, कशिदावर्ग, शिवणकाम वर्ग चालवले, तसेच स्वयंपाक करणे, खेळणी तयार करणे,

पापड-लोणची तयार करणे, फॅन्सी फेअरसारखी प्रदर्शने भरविणे, असे उपक्रम राबविले.

बाईंचे शालेय दिवस फार शिस्तीत व नियमबद्ध जीवनपद्धतीत गेले. मुलींच्या पुढील आयुष्यातील दैनंदिन जीवनातील सर्व कामे, योग्य पद्धतीने, व्यवहारकुशलतेने पार पाडता येतील, मुलींच्या व्यक्तिमत्त्वाचा योग्य विकास होईल, याकडे संस्थेत बारकाईने लक्ष दिले जाई. विद्यार्थिनींना स्वतःची कामे स्वतः करावी लागत, तसेच स्वतःच्या गरजेपुरता पैसाही मिळवावा लागे. या सर्वांमुळे स्त्रियांचे विचारक्षितिज विस्तृत होण्यास मदत झाली. या सर्वांगीण शिक्षणामुळे लहान शारदेचे व्यक्तिमत्त्व विकसित होण्यास वाव मिळाला. केवळ मुलींसाठीच असणाऱ्या संस्था तेव्हा हाताच्या बोटांवर मोजता येण्यासारख्या होत्या. शिक्षिकांचे मुलींशी भावनिक पातळीवर नाते असे. 'सेवासदन'मध्ये परिचारिकेच्या शिक्षणाची सोय होती. आजाऱ्यांची शुश्रूषा करण्याचे शिक्षण दिले जाई. स्वतःच्या मुलांच्या आजारपणात हरतऱ्हेने काळजी घेताना बाईंना या शिक्षणाचा खूप उपयोग झाला.

बाईंना काय येत नव्हते? सर्व गोष्टी स्वच्छ, नीटनेटक्या, व्यवस्थित असाव्यात, यासाठी त्या लहानपणापासूनच आग्रही असत. स्वयंपाक उत्तमच असावा, असा त्यांचा कटाक्ष असे. त्यांचे अक्षर सुंदर होते. भाषावैभव खूप चांगले होते. त्या पत्रे खूप छान लिहीत. भरतकाम, विणकाम अतिशय सुंदर व सुबक करीत. पुढे मुलांसाठी लोकरीचे स्वेटर्स घरीच विणत असत. त्यांची चित्रकला उत्तम होती. भोंडल्याच्या वेळी त्या पाटावर हत्तीचे इतके सुंदर चित्र काढायच्या, की पाहणाऱ्याला वाटावे, ते जणू छापूनच घेतले आहे की काय! त्यांना सर्व जाती-धर्मांच्या माणसांचा संग्रह करण्याची आवड होती. बाईंचे वागणे-बोलणे ब्राह्मणी पद्धतीचे असे. बाईंच्या उपजत कलागुणांना, अभ्यासू

वृत्तीला 'सेवासदन'मध्ये खतपाणी मिळाले. स्वतः रमाबाई आधुनिक विचारसरणीच्या होत्या, त्या भारतीय महिला परिषदेच्या अध्यक्षा होत्या. मुंबई प्रांतात स्त्रियांना मताधिकार मिळावा म्हणून १९१८ ते १९२३ पर्यंत झालेल्या स्त्री मताधिकार चळवळीच्या त्या प्रमुख होत्या. स्त्रियांना मतदानाचा अधिकार मिळावा, म्हणून त्यांनी दिलेला लढा बाईंनी जवळून पाहिला होता. त्यांच्या संवेदनशील मनावर या सर्व गोष्टी कोरल्या जात होत्या.

दरम्यान, काकासाहेबांनी बाईंच्या भावाचे शिक्षण पूर्ण करून त्यांना नोकरीस लावले होते. 'सेवासदन'मध्ये माई शिंदे नावाच्या विधवा शिक्षिका होत्या. काकासाहेबांनी १९२५च्या दरम्यान त्यांच्याशी पुनर्विवाह केला. माईंचे व शारदाबाईंचे संबंध जिव्हाळ्याचे होते. माईंबरोबर 'दिवाळी फंड' गोळा करण्यासाठी शारदाबाई बारामतीत येत असत. अखिल मराठा शिक्षण परिषदेच्या कार्यात, अधिवेशनात काकासाहेब व त्यांच्या पत्नी भाग घेत. माई शिंदे त्या काळी मराठा महिला शिक्षक परिषदेच्या कार्यकारी मंडळाच्या सभासद होत्या. स्त्री शिक्षणाचा प्रसार, मराठा महिला शिक्षण परिषदेची आवश्यकता, अशा विषयांसंबंधी त्यांचे महत्त्वाचे लेखही प्रसिद्ध झाले होते. या परिषदेच्या अधिवेशनासाठी हे पती-पत्नी, बाईंना-प्रमिलाअक्कांना बरोबर घेऊन विविध शहरांमध्ये जात असत. या अधिवेशनांतून तात्कालिक सुधारकी विचारांच्या व्यक्तींचे विद्वत्तापूर्ण विचार, भाषणे ऐकण्याची संधी बाईंना मिळत असे. काहीतरी वेगळे घडवण्याची ऊर्मी असलेल्या, परंपरागत रीतिरिवाजांना खीळ घालण्याची जाणीव असलेल्या व शिक्षणाचे महत्त्व जाणलेल्या, या समाजहितप्रिय वातावरणातील भारलेपण शारदाबाईंचे मन व्यापून टाकीत असे. यातूनच प्रवाहाविरुद्ध पोहण्याचे बळ, वेळप्रसंगी प्रवाहालाच हवे तसे वळवायची ताकद, प्रगल्भ मानसिकता

बाईंमध्ये निर्माण झाली असेल काय? जीवनसंघर्षात वेड्यावाकड्या वळणांची वाट तुडवीत, स्वतःच ती सुकर करीत, प्रसंगी नवी वाट शोधीत वाटचाल करीत राहणे तर गरजेचेच असते. बाईंनी १९२६मध्ये 'सेवासदन'सारख्या संस्थेतून व्हर्नाक्युलर फायनलपर्यंतचे शिक्षण पूर्ण करून इतिहास घडविला. बहुजन समाजात अशी उदाहरणे त्या काळी हातांच्या बोटांवर मोजण्याइतपत!

सूर्योदयापूर्वीचा अंधार संपलेला होता. कर्मकर्तव्याची किरणे क्षितिजावर फाकू लागली होती. मिळालेल्या संधींचे सोने करणे व संकटांनाही संधी मानून वाटचाल करीत राहणे, ही वृत्ती उपजतच बाईंच्या रक्तात होती. शिक्षणाची संधी मिळताच या संधीचा त्यांनी पुरेपूर फायदा घेतला, तसेच घरातील स्त्री स्वतः शिक्षित, व्यापक विचारसरणीची असेल, तर संपूर्ण घराच्या विचारसरणीत व जडणघडणीत किती आमूलाग्र बदल घडू शकतो, त्याचा उत्तम आदर्श त्या समाजापुढे निर्माण करू शकल्या.

झाडाचा बुंधा घट्ट, कणखर असेल, तर झाडाच्या फांद्या, पाने, फुले डौलदार, टवटवीत दिसतात. बाईंचे सुशिक्षित असणे, ही संपूर्ण घराच्या विचारसरणीला वेगळे वळण देणारी घटना ठरल्याचे पुढील काळातील प्रगतीतून दिसून येते. शिक्षणाचा उपयोग फक्त स्वतःपुरताच नाही, तर संपूर्ण कुटुंब, समाज व देशाचा विचार करण्यासाठी पुढचे पूर्ण शतकभर होईल, हे विधिलिखित लहान शारदेलाही तेव्हा उमगले नसेल!

* * *

३

काकासाहेबांची नोकरी बारामतीत असताना, ते नीरा डावा कालवा येथे डिस्ट्रिक्ट ॲग्रिकल्चरल ओव्हरसियर म्हणून काम करीत होते. काकासाहेबांचे बारामतीतील प्रतिष्ठित व्यक्तींशी चांगले संबंध प्रस्थापित झाले होते. बागायतदार मंडळींमध्ये त्यांची ऊठबस असे. शेतकी खात्यातर्फे मेळावे, सभा बोलावून ते व्याख्यानेही देत असत. याच दरम्यान त्यांची गोविंदराव जिजाबा पवार यांच्याशी ओळख झाली. गोविंदराव ऊर्फ आबा तेव्हा नीरा कॅनॉल्स सोसायट्यांच्या सहकारी खरेदी-विक्री संघात तालुका सुपरवायझिंग युनियनचे सुपरवायझर म्हणून काम करीत होते. काकासाहेबांनी व आबांनी १९२४मध्ये बारामती येथे डेक्कन कॅनॉल्सवरील बागायतदारांची परिषद भरविण्यात पुढाकार घेतला होता. आबा अतिशय स्वच्छ, नितळ, पारदर्शी व्यक्तिमत्त्वाचे होते.

पवार कुटुंबीय मूळचे सातारा जिल्ह्यातील कोरेगाव तालुक्यातील नांदवळ या गावचे. लॉर्ड डलहौसीने साताऱ्याचे छत्रपती प्रतापसिंह यांचा दत्तक वारस नामंजूर केला, त्यामुळे सातारा राज्यात फार असंतोष उफाळला होता. लोक संतप्त झाले आणि त्यांनी इंग्रजांविरुद्ध बंडाचा झेंडा उभारला. बंड करणाऱ्यांमध्ये पवार कुटुंब अग्रभागी होते; पण इंग्रजांनी हे बंड क्रूरपणे मोडून काढले. नांदवळ गाव व पंचक्रोशी उद्ध्वस्त केली, तेव्हा नीरा नदीच्या काठाने ते बारामतीजवळ काटेवाडी येथे आले. तेथे त्यांचे काही नातेवाईक होते. साताऱ्याकडचा जमीनजुमला विकून काटेवाडीलाच नवीन शेती घेऊन कसण्यास सुरवात केली; पण निव्वळ शेतीवर कुटुंबाचे भागणे शक्य नसल्याने गवंडी कामालाही सुरवात केली. तेव्हा नीरा पाटबंधाऱ्याची कामे दीर्घकाळ चालली होती. आबांचे वडील जिजाबा पवार शेतीला जोडधंदा म्हणून नीरा कालव्याच्या कामावर गवंडी म्हणून काम करीत. आबांचा जन्म सुमारे १९००मध्ये या कुटुंबात झाला. आबांना दोन बहिणी व दोन

भाऊ. घरची परिस्थिती बेताचीच असल्याने त्यांनी गवंडीकाम करावे, शेती करावी हीच घरच्यांची अपेक्षा; पण आबांना मात्र शिक्षणाबद्दल आत्मीयता होती, लहानपणापासूनच त्यांचा शिक्षणाकडे ओढा होता आणि शिक्षण घेणे ही त्या वेळी सोपी गोष्ट नव्हती.

एकोणिसाव्या शतकाच्या उत्तरार्धापर्यंत ब्रिटिश सरकारने भारतातील सर्व संपत्ती लुटून नेऊन हा देश पूर्णतः दरिद्री बनविला होता. त्यातच येथील जनता अंधश्रद्धा आणि अशिक्षितपणा यांच्या विळख्यात सापडलेली. शिक्षणाची परंपरा नसल्याने नोकरीतून पैसा कमविणे, ही कल्पनाही दृढ झाली नव्हती. मुळातच पैसा हे विनिमयाचे साधन नव्हते. इंग्लंडमध्ये घडून आलेल्या चलनपद्धतीच्या क्रांतीनंतर सर्व प्रकारच्या देवघेवीत पैशाचा उपयोग करण्यास सुरवात झाली व पैसा वापरल्यामुळे व्यवहारातही सुलभता येऊ लागली; पण तोपर्यंत गावे आर्थिकदृष्ट्या स्वयंपूर्ण होती. आपल्या समाजाचा पाया पूर्वीपासून खेडेगावावर उभारलेला आहे व आजही खेड्यांचे महत्त्व कायम आहे. ही खेडी शंभर वर्षांपूर्वी जवळजवळ सर्वस्वी स्वयंपूर्ण व स्वावलंबी होती. या खेडूत जीवनाची रचना आणि घटनाच अशा प्रकारची होती, की देशावरून केवढ्याही मोठ्या वावटळी गेल्या, तरी त्यांचा ग्रामजीवनास फारसा धक्का लागू नये, त्यामुळेही एकंदरीतच आर्थिक व्यवहाराचे क्षेत्र फार संकुचित होते. याचे प्रमुख कारण म्हणजे ग्रामजीवनाची रेखीव व्यवस्था व दुसरे म्हणजे वाहतुकीच्या साधनांचा अभाव.

त्या काळचे कौटुंबिक जीवन अगदी साधे असे. घरात चालत आलेला पारंपरिक व्यवसाय करायचा हे ठरलेले असल्याने, वडिलांचाच व्यवसाय पुढे चालविला जात असे. शेती अगदीच बेभरवशाची, पावसावर अवलंबून. हिंदुस्थानात काटेवाडीसारखी अनेक खेडी दुष्काळग्रस्त होती; पण अशा बेभरवशाच्या शेतीवर गुजराण

करणाऱ्यांची संख्या मात्र जास्त होती. कारण, त्या काळी कुटुंबे मोठी असत. दारिद्र्यामुळे आणि अडाणीपणामुळे मुलांची संख्या जास्त हवी हा समज असे; पण या मुलांना शिकवावे, सुशिक्षित बनवावे, उदरनिर्वाहाचे वेगळे साधन शोधावे, चाकोरीबद्ध जीवनातून बाहेर पडावे, काहीतरी वेगळे घडवण्यासाठी धडपडावे, हे मात्र कोणाच्याही मनात येत नसे. या दुष्टचक्रातून बाहेर पडण्यासाठी हिंदुस्थानी जनतेला फार काळ वाट पाहावी लागली; मात्र अशाही परिस्थितीत आबांसारखा एखादाच मुलगा सभोवतालच्या परिस्थितीचे अवलोकन करी, विचार करी. आहे ही परिस्थिती जर बदलवायची असेल, त्यातून वेगळे काही निर्माण करायचे असेल, घडवायचे असेल, तर शिक्षणाशिवाय तरणोपाय नाही, याची जाणीव ठेवून असे. त्यासाठी अडीअडचणींना, येईल त्या परिस्थितीला तोंड देत, स्वतःचे शिक्षण पुरे करून घेत असे; पण अशी उदाहरणेही त्या काळी फारशी नव्हती. उपजतच सभोवतालच्या परिस्थितीत परिवर्तन घडवून आणण्याची उमेद काहींमध्ये असते, तशी त्यांची कृती, वर्तणूकही असते.

आबांनी 'मला शिकायचंच आहे' हा हट्ट वडिलांपुढे धरला, त्यामुळे आबांचे वडील त्यांना बारामतीला घेऊन आले व त्यांना प्राथमिक शाळेत घातले. लहानपणापासूनच आबांची शरीरयष्टी सुदृढ होती. उंचेपुरे, गोरेपान आबा वर्गात उठून दिसत. वाड्यावस्त्यांवर, खेडोपाडी शाळांचे प्रमाण फार कमी असे. राहत्या ठिकाणांपासून शाळा दूर असत. शाळा ते घर अशी रस्त्यांची सोय देखील नीट नसे. त्यातच वाहतूक व दळणवळणाच्या साधनांचा अभाव. काटेवाडी ते बारामती हे सहा मैल एवढे अंतर चालून येऊन-जाऊन करीत आबांनी शिक्षणाला सुरवात केली.

सकाळी भाकरीचे गाठोडे बांधून, पाटी-दप्तर घेऊन सहा मैल अंतर

चालत ते शाळेत जाऊन बसायचे, पुन्हा शाळा सुटल्यावर तेवढेच अंतर चालून घरी यायचे. एवढे अंतर चालून येण्या-जाण्यात काही वेळा उशीर होई. अंधार पडला, की कुत्री भुंकत, अंगावर येत. सोबतीला कोणी असेलच असे नाही, शिवाय पावसाळ्यात कधी कधी ओढ्याला पूर आल्याने किंवा मुसळधार पावसाने शाळेत जाणेच अशक्य होई. कठोर साधनेशिवाय परिवर्तन घडवून आणण्याचे तप आचरणे कठीणच! थंडी, ऊन, वारा, पाऊस यांची तमा न बाळगता शिकण्याची जिद्द बाळगणे, हीदेखील एक तपश्चर्याच आहे. आबांकडे आचार-विचारांचा आंधळा बंदिस्तपणा नव्हता. विचार आणि कर्मयोग यांनी एकत्रित अशी प्रगमनशील जीवनप्रणाली ते आचरत होते. अगदी लहानपणापासूनच आबा अतिशय शिस्तबद्ध व काटेकोर होते. निश्चयी, करारी होते. पुढील आयुष्यातही भवानीनगरचा सहकारी साखर कारखाना स्थापल्यानंतर त्यात होणाऱ्या सभांना ते कधीही गैरहजर नसत.

आबांची शिकण्याची आवड, धडपड, जिद्द एका ब्राह्मण शिक्षकाने पाहिली. त्यांनी आबांना बोलावून घेतले, त्यांची विचारपूस केली, अडचण जाणली आणि स्वतःच्या घरीच ठेवून घेतले, त्यामुळे काटेवाडी-बारामती हा जाण्या-येण्याचा त्रास वाचला खरा; पण त्या शिक्षकाने पडेल ते काम करण्याची अट घातली, त्यामुळे आबांना त्यांच्या घरातील कामे करीत शाळा शिकावी लागली. कंदिलाच्या प्रकाशात अभ्यास करून त्यांनी व्हर्नाक्युलर फायनलची परीक्षा पास केली. तेव्हा त्यांचे वय साधारण सतरा वर्षांचे होते. या कुटुंबातील वास्तव्याचा, तेथील वातावरणाचा त्यांच्यावर नक्कीच प्रभाव पडला. त्यांची भाषा शुद्ध राहिली, ते आयुष्यभर आळसापासून व व्यसनापासून दूर राहिले, कायम कार्यरत राहिले. पुढे संपूर्ण पवार कुटुंबच एक उद्यमशील व कार्यप्रवण माणसांचा कारखाना म्हणून नावाजले गेले.

अशा या उद्योगप्रवण, कार्यमग्न व्यक्तींच्या कर्तबगारीमुळे सामाजिक परिवर्तनाचा प्रवाह अखंड वाहत आहे.

शाळा संपल्यानंतर आबांनी काही काळ पुण्याच्या शिवाजी मराठा संस्थेमध्ये शिक्षक म्हणून नोकरी केली. तेव्हाची आबांनी सांगितलेली एक आठवण आहे. त्यांच्या शाळेमध्ये राजर्षी शाहू महाराज भेट देण्यास येणार होते. शाळेच्या मुख्य दरवाजाची उंची कमी असल्याचे आबांच्या लक्षात आले. त्यांनी एका रात्रीत दरवाजाची उंची वाढविण्याचे काम करून घेतले. राजर्षी शाहू हे उंच, धिप्पाड व्यक्तिमत्त्व! आबांनी तत्परता दाखवून हे काम पार पाडले.

पुढे काही दिवसांनी आबा शिक्षकाची नोकरी सोडून बारामती येथील नीरा कॅनॉल्स सोसायट्यांच्या सहकारी खरेदी-विक्री संघात नोकरीला लागले. त्यांचे गणित चांगले होते, म्हणून तिथे अकाउंटंटने त्यांना हाताखाली घेतले. हिशेब लिहिण्यात व तपासण्यात ते तरबेज झाले. नंतर त्यांना तालुका सुपरवायझिंग युनियनचे सुपरवायझर करण्यात आले व एक सायकल दिली गेली. सर्व सोसायट्यांची मिळून एक युनियन असे. सोसायट्यांचे रेकॉर्ड तपासण्याचे काम सुपरवायझर करीत असे. सोसायट्यांचे रेकॉर्ड तपासून त्यांचे रिपोर्ट बँकेला पाठवावे लागत. यातून बँक सोसायटीला कर्ज देत असे आणि मग सोसायटी शेतकऱ्यांना कर्जवाटप करीत असे. इथेच आबांचा वैकुंठभाई मेहतांशी घनिष्ठ संबंध आला. पुढे आबा वैकुंठभाई मेहता, डॉ. धनंजयराव गाडगीळ यांचे पट्टशिष्य बनले.

सायकलवर जाऊन ते बारामती तालुक्यातील सोसायट्यांच्या कचेऱ्यांना भेट देऊन हिशेबाची व कारभाराची तपासणी करीत. या कामामुळे आबांचा जनसंपर्क वाढला. शेतकरी त्यांच्याकडे सल्लामसलतीसाठी, कामासाठी येऊ लागले. अडीअडचणी

असणाऱ्यांसाठी ते सोसायटीची प्रकरणे मंजूर करून द्यायचे. एखाद्याला गुऱ्हाळ चालू करायचे असेल, तर संघातून धाडसाने उचल द्यायचे. देणे भागविण्यासारख्या मंडळींना सहकार्य करायचे, त्यामुळे अतिशय शिस्तप्रिय, कष्टाळू व स्वच्छ अधिकारी असा त्यांचा नावलौकिक झाला. त्यांची लोकप्रियता वाढली. तो काळ स्वातंत्र्यपूर्व होता. शेतीला पाणी नसायचे. पाणी असले, तरी पाणीपट्टी भरायला शेतकऱ्यांकडे पैसे नसायचे. शेतकऱ्यांची अवस्था फारच बिकट होती. पाण्याअभावी पिके घेता येत नसत आणि पिके आली, तरी त्यांना योग्य बाजारभाव मिळत नसे. गुळाची ढेप बारा आण्याला गेली, वैरण पाठवली, पण भावच नाही मिळाला, अशा वेदना शेतकरी आबांपाशी मांडत असत. आबा आपल्या परीने हरप्रकारे मदत करून शेतकऱ्यांना दिलासा देण्याचा प्रयत्न करीत.

दरम्यान 'श्री शाहू मराठा बोर्डिंग'च्या स्थापनेनिमित्ताने काकासाहेबांच्या व आबांच्या परिचयाचे रूपांतर दृढ स्नेहबंधात होत गेले. आबा नोकरी करीत असले, तरी सभोवतालच्या परिस्थितीचे सारासार आकलन, विश्लेषण करणारे त्यांचे सामाजिक मन त्यांना स्वस्थ बसू देत नव्हते. ते सतत भोवतीच्या परिस्थितीत सुधारणा करण्याचा विचार करीत असत. आबांनी स्वतः बारामतीत राहून शिक्षण घेतले. खुद्द बारामतीत शिक्षणाची सोय होती; पण बारामतीच्या आसपासच्या परिसरात शैक्षणिक सुविधा फारशा चांगल्या उपलब्ध नव्हत्या, तसेच हा भाग फारसा सुधारलेलाही नव्हता. विसाव्या शतकातील सुरवातीच्या काळात खोदला गेलेला नीरा डावा कालवा बारामतीचे स्वरूप पालटायला कारणीभूत ठरला, त्यामुळे नंतरच्या काळात बारामतीत व परिसरात बागायत शेतीत व औद्योगिक क्षेत्रात वाढ होत गेली.

तेथेच शैक्षणिक क्षेत्रात व्यापक दृष्टी निर्माण करण्याचे मोठे कार्य

आबांनी केले; पण बारामती व आसपासच्या भागातील शेतकऱ्यांच्या मुलांच्या शिक्षणाची सोय करावयाची, तर त्यांना राहण्यासाठी जागा उपलब्ध करणे, हा मुख्य प्रश्न होता. माध्यमिक व उच्च माध्यमिक शिक्षणासाठी शेतकऱ्यांच्या मुलांना बारामतीलाच यावे लागे. या मुलांची राहण्याची सोय पाहणे, खूपच गरजेचे होते. यासाठी काकासाहेब, आबा, शंभूसिंह जाधवराव, रावबहादूर जाचक, नानासाहेब ढाकाळकर, नंदराम ढवाण-पाटील इत्यादी मंडळींनी एकत्रित विचारविनिमय सुरू केला.

काकासाहेबांनी त्वरित एक हजार रुपयांची देणगी देऊन कार्यास प्रारंभ करण्यास संमती दिली. याप्रमाणे 'श्री शाहू मराठा बोर्डिंग'च्या स्थापनेस सर्वांकडून मान्यता मिळाली आणि कार्यास प्रारंभ झाला. पहिल्या महायुद्धानंतर दौंड येथे बऱ्याच मिलिटरी बराकी बांधलेल्या होत्या. पुढे त्या मोकळ्या पडल्या, तेव्हा त्यातील दोन बराकी बोर्डिंगला देणगी म्हणून मिळाव्यात, असा प्रयत्न काकासाहेबांनी व आबांनी सरकारकडे केला. त्यासाठी काकासाहेबांनी सावंतवाडीच्या महाराजांना सरकारकडे साकडे घालण्यास लावून, त्या बराकी सरकारकडून संस्थेस देणगी म्हणून मिळवल्या. त्या बराकी मोडून त्यांचे सर्व लाकडी सामान, फरशी, कौले वगैरे माल रेल्वेने दौंडहून बारामतीस आणण्याचे ठरवले. वाहतुकीच्या पैशाची तरतूद करून आबांनी हा माल दौंडहून बारामतीला आणला. काकासाहेबांनी या बोर्डिंगसाठी बऱ्याच हितचिंतकांकडून देणग्या मिळवल्या.

अखिल भारतीय मराठा शिक्षण परिषदेचे त्या वेळचे अध्यक्ष श्रीमंत खासेसाहेब महाराज पवार, मुधोळ संस्थानचे राजे, कोल्हापूरकडची काही मंडळी व बारामतीतील काही बागायतदार, या सर्वांच्या मदतीने आबांनी सोळा खोल्यांची 'शाहू बोर्डिंग'ची इमारत पूर्ण केली व वसतिगृहाची स्थापना केली. पुढे आबा रोज पहाटे वसतिगृहातील मुलांना

अभ्यासासाठी उठवायला जात, तसेच त्यांच्याकडून व्यायामही करून घेत. मुलांमध्ये व्यायामाची गोडी निर्माण व्हावी, हा उद्देश यामागे असे.

* * *

४

कामानिमित्ताने आबांचे काकासाहेबांकडे जाणे-येणे असे. आबांनी बाईंना इथे पाहिले. सुदृढ बांधा, रेखीव चेहरा, करारी, निश्चयी, महत्त्वाकांक्षी स्वभाव, बाईंचे सुशिक्षित पद्धतीचे बोलणे-चालणे, वागण्याची पद्धत पाहून आबांना काहीसे आश्चर्यच वाटले, कारण त्या काळी मराठा समाजात सातवी उत्तीर्ण झालेली मुलगी दिसत नसे. आबा स्वतः शिकलेले असल्याने त्यांना शिकलेल्या मुलीशी लग्न करायचे होते. त्यांनी काकासाहेबांकडे बाईंसाठी मागणी घातली. काकासाहेबांनाही आबांबद्दल जिव्हाळा होता; पण आबांना पहिला मुलगा होता. त्याचे नाव पांडुरंग. बाईंच्या मातुःश्री आणि बंधूंच्या संमतीशिवाय काकासाहेबांनाही या विवाहास संमती देता येईना. तेव्हा बाईंच्या मातुःश्रींची संमती सेवासदनमधील एक शिक्षिका तान्हुबाई पाटील यांनी मिळवली. आबांचे वडील, त्यांचे मेहुणे व एक आप्त यांना भोसले घराण्याच्या नातेवाइकांसंबंधी माहिती हवी होती. काकासाहेबांनी ती त्यांना दिली. त्याप्रमाणे एकमेकांच्या नातेसंबंधांची खात्री पटल्यावर, रावबहादूर जाचक, ढवाण-पाटील यांना बोलावून लवकरच याद्या तयार केल्या गेल्या आणि माळेगाव येथे तावरे यांच्या वस्तीवर हा लग्नसमारंभ झाला. काकासाहेब स्वतः त्या काळी सत्यशोधक समाजाचे सक्रिय कार्यकर्ते असल्यामुळे, हे लग्नही त्या काळच्या सत्यशोधकी पद्धतीने, मराठा पुरोहितांकडून पार पडले. कोल्हापूरहून काकासाहेबांनी दोन मराठा पुरोहित आणले होते. बाईंचे भाऊ, आई, चुलते, बहीण व बहिणीकडच्या सासरची म्हणजे मिणचेकर-इनामदारांकडची मंडळी वगैरे लग्नसमारंभास हजर होती. माळेगावचे राजे रत्नसिंह शंभूसिंह जाधवरावही लग्नसमारंभास हजर होते, तर बारामतीची व काटेवाडीची बरीच मंडळीही आली होती. आबा-बाईंच्या सांसारिक सहजीवनाला १९२६मध्ये सुरवात झाली. पित्याची उणीव भरून काढणाऱ्या

काकासाहेबांनी बाईंचा विवाह घडवून आणून कर्तव्याची पूर्ती केली.

हे लग्न आबांच्या आई-वडिलांच्या मनाविरुद्ध झाले होते, त्यामुळे आबा-बाईंना त्यांच्या संसाराची सुरवात शून्यातूनच करावी लागली. दोन खोल्यांच्या छोटेखानी घरात आबा-बाईंचा संसार सुरू झाला. आबा फिरतीवर जात असल्याने, बाई सभोवतालच्या मुलामुलींना शिकवीत. त्यांच्याशी मिळून-मिसळून वागत. सर्व जण त्यांना बाई म्हणू लागले. हेच नाव त्यांना कायमचे चिकटले. आजूबाजूच्या मुलांचे ऐकून, बाईंची स्वतःची मुलेदेखील त्यांना कायमच आदरार्थी 'अहो-जाहो'ने बाई म्हणू लागली. यामुळे बाई अनेकदा म्हणत, मला इतकी मुले झाली; पण एकाही मुलाने मला आई म्हणून हाक मारली नाही.

आबांनी विशेषतः शिक्षणासाठी खूप कष्ट घेतले. रोज पहाटे उठून ते व्यायाम करीत. त्यांना तालमीची आवड होती. आहार-विहाराचे विशिष्ट नियम ते पाळीत. जेवताना रोज उसळ, कोशिंबीर असलीच पाहिजे, असा त्यांचा आग्रह असे. जेवताना हातांची बोटे नखांच्या वर कधीच भरलेली नसत, तसेच तोंडाचा आवाज येत नसे. सातवीपर्यंत ज्या शिक्षकाच्या घरी ते राहिले, त्या कुटुंबातील वास्तव्यामुळे त्यांच्यावर जे चांगले संस्कार झाले होते. त्या संस्कारांनी आबांना पुढील आयुष्यभर साथ दिली. त्यांचे बोलणे माफक असे. आबा मनाने व चारित्र्याने जन्मभर अतिशय निर्मळ, शुद्ध व प्रामाणिक राहिले. स्वतःच्या शिक्षणाचा उपयोग त्यांनी नोकरीमध्ये खूप चांगल्या प्रकारे केला आणि त्यातूनच त्यांनी स्वतःची व कुटुंबाची प्रगती साधली.

सहकारी संघाच्या कार्यकालात आबांनी सचोटीने काम केले. पैन्‌पैच्या हिशेबात ते काटेकोर होते. याबाबत एक आठवण अशी : एकदा इस्लामपूरला लेखापरीक्षण करताना त्यांच्या ध्यानात आले, की वडगाव शेणोली येथील एका व्यक्तीने एक रुपया जास्त नेला आहे

आणि तो रुपया संस्थेचा आहे. आबांनी तिथल्या कारकुनाला बरोबर घेतले. तीस मैल चालत ते कऱ्हाडजवळील वडगावला गेले. तो रुपया त्यांनी वसूल केला व सोसायटीत जमा केला.

जगाच्या इतिहासात अनेक श्रीमंत झाले; पण त्यात योगी होतेच असे नाही, योगी अनेक झाले; पण त्यात सधन कोणी नव्हते. आबांचे आगळेवेगळेपण यातच सामावले होते, की ते मनाने श्रीमंत तर होतेच; पण कर्माने योगीही होते. निर्व्यसनी, हळव्या स्वभावाचे आबा कष्टाळू, कर्तबगार होते.

सत्यवचनी असणे हे जीवनातील मोठे तपच होय. न डगमगता, न डळमळता, नाउमेद न होता, निश्चयाने-पोलादाच्या कणखरपणाने जगणे हेसुद्धा तपच! जीवनातील अडथळे संकटे, प्रतिकूलता यांना अविचलपणे तोंड देणे म्हणजेही तप! निर्धाराने असे तप आचरणारे योगीच होत.

* * *

५

आबांच्या संसाराला घरच्यांचा कसलाही आधार लाभला नाही. आबांची शेती दुष्काळग्रस्त असल्याने, नोकरी हाच एकमेव आधार होता. एका वर्षात घरात पाळणा हलू लागला आणि थोरल्या वसंतरावांचा जन्म झाला. त्यानंतर दिनकरराव ऊर्फ अप्पासाहेब यांचा जन्म झाला.

बाईंच्या लक्षात आले, की या जागेत फार काळ राहणे शक्य नाही. निदान एक खोली जास्त व भोवती मोकळी जागी हवी. त्यांनी आबांकडे तसा लकडा लावला. मोती बागेतील एका शेतकऱ्याशी आबांची चांगली ओळख होती. त्यांच्या वस्तीवरील दोन खोल्या त्यांनी मिळवल्या व तेथे मुक्काम हलविला. या खोल्या मातीत बांधलेल्या होत्या. वर पत्रा होता. भोवती काही पडक्या भिंती होत्या. या वस्तीवर असताना, बाईंना यशवंत व अनंत अशी दोन मुले झाली. यशवंत व अनंत ही मुले घराबाहेरील मोकळ्या जागेत खेळत असत. एव्हाना पहिले दोघे शाळेत जाऊ लागले होते.

तिथे असतानाचाच हा प्रसंग. खूप पाऊस पडत होता. वसंतराव, दिनकरराव बाहेर अंगणात खेळत होते. छोट्या अनंताला घेऊन बाई सहजच घराबाहेर गेल्या. जाताना यशवंताच्या हातात अनारसा दिला. यशवंत तेव्हा सव्वाच वर्षाचा होता. रांगत रांगत तो पडक्या भिंतीजवळ गेला. तेवढ्यात जोराचे वारे आले. भिंत कोसळली आणि तो भिंतीखाली चिरडला गेला. त्याची किंकाळी ऐकून शेजारीपाजारी धावून गेले; पण तो नक्की कोठे आहे, हे ठाऊक नसल्यामुळे ते त्या ढिगाऱ्यावर चढूनच एक एक दगड बाजूला करीत गेले. तोपर्यंत सगळे संपलेले होते. त्यांनी सगळे दगड बाजूला काढले, तेव्हा तो गेलेला होता. अर्धा अनारसा हातात तसाच होता...

या आघातामुळे बाईंचे हृदय शोकाने व्यथित झाले. मन दुःखाने सैरभैर झाले. गोरागोमटा-गुटगुटीत यशवंत. यशवंत हे नावही बाईंचे

अतिशय प्रिय! यशवंताची आठवण झाली, की बाईंचे मन दुःखाने खचत असे. त्याच्या भविष्याबद्दलची बाईंची मनोरथे पत्त्याच्या बंगल्याप्रमाणे ढासळून पडली. मुलाच्या मृत्यूमुळे आबा-बाईंच्या जीवनातील चव आणणारे मीठच नष्ट झाल्यासारखे झाले. अनारशावरून बाईंचे मनच उडाले. पुढे कितीतरी वर्षे बाई दिवाळी सणाला अनारसा करीत नसत. तशी तर सर्वच मुले बाईंची जीव की प्राण. यशवंत गेला, तेव्हा बाईंचे वय होते अवघे २०-२१ वर्षांचे! जीवनाच्या सुरवातीपासूनच मृत्यूच्या दुःखाचे ढग वाहत होते. इतर मुलांसाठी बाई स्वतःचे दुःख मनातल्या मनात गिळत राहिल्या आणि स्वतःच्या वेदना बाजूला ठेवून खंबीरपणे या प्रसंगाला त्या सामोऱ्या गेल्या.

बाईंच्या थोरल्या मुलीने एकदा विचारले, ''आपण दिवाळीला अनारसा का करीत नाही?'' तेव्हा त्या म्हणाल्या, ''गरीब परिस्थितीने माझ्या एका मुलाचा अंत झाल्याचे माझ्या डोळ्यांनी पाहिले आणि म्हणून अनारसा म्हटले, की मला अनारसा खात भिंतीला टेकून बसलेले माझे ते बाळ आठवते.'' नंतर सुस्कारा टाकून बाई म्हणाल्या, ''खरेच! असे दुःख किती वर्षे उगाळायचे?'' आणि मग त्या वर्षीच्या दिवाळीला त्यांनी अनारशाचे पीठ केले व नंतर त्या अनारसे करीतच राहिल्या.

या जागेतही फार काळ राहू नये, हे त्यांनी ठरविले. बारामतीत मोठी जागा भाड्याने घेणे परवडणे शक्य नव्हते. रंगीलदास गुजर नावाच्या एका शेठजींचे घर रिकामे होते. ते घर भुतांनी झपाटले आहे, अशी आख्यायिका होती, म्हणून तिथे कोणी राहायला तयार नव्हते. बाईंना तर कमी भाड्याचे घर हवे होते. बाईंनी यावर अगदीच बिनतोड इलाज शोधून काढला. आबांना ते घर घ्यायला सांगितले. बाईंच्या बुद्धिप्रामाण्यवादी जीवनात अंधश्रद्धेला यत्किंचितही थारा नव्हता. त्यांचा भुता-खेतांवर किंवा अंधश्रद्धेवर मुळीच विश्वास नव्हता. मुला-बाळांनी

भरगच्च बहरलेला संसार बाईंनी त्या भुताटकीच्या घरात हलविला! लोक त्या घराबाहेर रात्रीच्या वेळी कोंबड्या मारून भुतांवरून ओवाळून टाकत असत, याशिवाय नारळ, हळद-कुंकू, लिंबे, मिरच्यादेखील ठेवून जात. बाई सकाळी उठून ते सर्व झाडून काढीत व कचरा म्हणून फेकून देत. या सगळ्या गोष्टींकडे त्या दुर्लक्ष करीत. अनेक दिवस बारामती परिसरामध्ये हा चर्चेचा विषय होता. सामाजिक रूढी-परंपरांचे जू झुगारून देताना बाईंना समाजाकडून त्रास झाला असणारच, त्यामुळे त्या म्हणत असत, 'तुमचा समाज तुम्ही सांभाळा, आमचे काम आम्हाला करू द्या.' नाहीतरी मणभर उपदेशापेक्षा कणभर कृतीच अधिक मोलाची ठरत असते.

मध्ययुगीन कालखंडात धर्माचे प्राबल्य प्रचंड होते. त्यामुळे व्यक्तीच्या स्वतंत्र मूल्यांची जपणूक केली गेली नव्हती. धर्माच्या नावाखाली परिवर्तन व विकास या संकल्पना मान्य होणे अशक्य होते. ज्ञानेश्वरीत असे म्हटले आहे, ''येथे वडील जे जे करिती । तया नाव धर्मु ठेविती ॥'' इतका साधा-सरळ सोपा व्यवहार होता. धर्माचा अर्थ कोणीही कसाही लावू शकत होते. गंगेत सर्व प्रकारचे पाणी येऊन मिसळते, म्हणून गंगा फक्त स्वच्छ पाणी स्वीकारते व घाण पाणी नाकारते, असे कधी होत नाही; पण माणसे मात्र हा भेद उत्तमरीत्या करू शकत असत, हा उच्चवर्णीय आणि तो उच्चवर्णीय नाही!

बाईंच्या विचारांमध्ये स्पष्टता-नेमकेपणा होता. त्या आपल्या बुद्धिप्रामाण्यवादी वैचारिक धारणेशी प्रामाणिक राहून सत्यनिष्ठेने कार्यरत राहिल्या. धार्मिक कर्मकांडाबाबत, देवाधर्माबाबत सुधारकी पद्धतीच्या विचारांचा अंगीकार करताना, समाजातील लोकांच्या टीकेची त्यांनी कधी पर्वा केली नाही. स्वतःच्या मतांना मुरडही घातली नाही; पण कधी कोणाच्या मतांचा, श्रद्धांचा अपमान किंवा अनादरही केला नाही.

चांगले वागावे, चांगले आचरावे, दुसऱ्याचे चांगले चिंतावे, असे त्या म्हणत. चांगली वागणूक हेच खरे धर्मपालन असते, अशी त्यांची शिकवण होती. बाई स्वतःच्या विचारांशी, धारणेशी नेहमीच ठाम राहिल्या. श्रद्धा नेमकी कशावर ठेवायची, या प्रश्नावर बाईंचे उत्तर असे, ''कठोर परिश्रम, प्रामाणिक व्यवहार आणि समाजाची जास्तीत जास्त सेवा करणे.'' मुलांना सकाळी लवकर उठून व्यायामशाळेत जावे लागे. नंतर न्याहारी करून अभ्यासाला बसावे लागे. इतकेच काय, पण अकराही मुलांचा दिवसभराचा कार्यक्रम काय आहे, यावर त्यांचे बारकाईने लक्ष असे. संध्याकाळी सातच्या अगोदर घरी यावे लागे, संस्कृतचे श्लोक, पाठांतर म्हणावे लागे. बाईंचा सर्वांत थोरला मुलगा पांडुरंग लहान असताना, त्याची देवावरची श्रद्धा ओळखून त्या आवर्जून त्याला गोकुळाष्टमीच्या दिवशी गायकवाड मळ्यातील मुरलीधराच्या देवळात सुंठवडा घेण्यासाठी पाठवीत. अशा वेळी त्या म्हणत, ''ज्याला देवाधर्माची आवड आहे, त्याने ती जपावी.'' हा त्यांचा दृष्टिकोन सर्वांना विचारस्वातंत्र्य देणारा वाटतो. बाई स्वतः घरी कधीच पूजाअर्चा, गणपती उत्सव करण्यात वेळ घालवीत नसत. पोथ्या-पुराणांवर बाईंचा विश्वास नव्हता; पण बाई-आबांचे वर्तन धार्मिक होते. जन्म, लग्न, मृत्यू या प्रसंगी त्यांनी धार्मिक विधी पाळले. त्यांनी कधीही कोणत्याही धर्माचा उपमर्द किंवा चेष्टा केली नाही. कोणतेही सोवळे-ओवळे घरात कधीही पाळले नाही. विटाळाबाबत बाईंचे विचार फारच पुढारलेले होते. त्या म्हणत, 'मन स्वच्छ, तर जग स्वच्छ.' याचा अर्थ ईश्वर ही कल्पनाच बाईंना अमान्य होती, असेही नाही. बाई म्हणत, ''देव सर्वत्र आहे, देवाची प्रार्थना तुम्ही मनात कोठूनही करू शकता.'' बाई कधी कधी कोल्हापूरच्या महालक्ष्मीला जात असत. नवरात्रावरही बाईंचा विश्वास होता. आबा शनिवारचा उपवास करीत असत. संसाराकडे व मुलांकडे

बाईंचे बारकाईने व काटेकोर लक्ष असे. त्यांनी सर्व अकराही मुलांच्या जन्माच्या वेळा, तारखा, जन्म-वर्ष यांची नोंद करून ठेवली होती. खरे तर त्या वेळी जन्मलेल्या व्यक्तींना त्यांची जन्मतारीख, जन्म-वर्ष विचारले, तर बहुतेकांचे उत्तर असते- माहिती नाही. त्यांच्या आई-वडिलांना हाच प्रश्न विचारला, तर मोघम उत्तर असते, दिवाळीच्या अगोदर अमुक-तमुक दिवशी जन्म झाला असावा; पण कोणत्या वर्षाची दिवाळी ते मात्र त्यांना आठवत नाही! बाई-आबांनी मुलांवर देवाधर्माचे संस्कार कधी केले नाहीत, तरी जीवनातील मूल्ये मात्र चांगल्या प्रकारे व स्वतःच्या उदाहरणाने रुजविली होती. आबांनी कधी सुपारीदेखील खाल्ली नाही. चहादेखील ते अगदी उतारवयात घेऊ लागले. वास्तवातही आपण पाहतो, की शिर्डी, पंढरपूर, तुळजापूर, तिरुपती, काशी अशा तीर्थयात्रेच्या ठिकाणी गर्दी करणारे बरेच भक्तगण असतात. केवळ तीर्थयात्रेमुळे या भक्तांच्या जीवनात खरोखरी बदल होतो का? ते माणसातील देवत्वावर, सामाजिक बांधिलकीवर, उद्योगप्रियतेवर विश्वास ठेवतात का? या प्रश्नांची उत्तरे नकारार्थीच मिळतात. याउलट व्यक्तिगत स्वार्थ व उपभोगी वृत्तीपोटी देवालाच संभ्रमात टाकले जाते. हा सामाजिक रोग दूर करण्यासाठी बाईंसारखी व्यक्ती हयात असायला हवी होती, हे जाणवल्याशिवाय राहत नाही.

रंगूशेठच्या या घरात माधव, सूर्यकांत, सरला ऊर्फ सुनीता व सरोज या चार अपत्यांचा जन्म झाला. साधारणपणे १९३४ ते १९४०च्या काळात पवार कुटुंब या जागेत राहिले. कुटुंबातील माणसांची संख्या जशी वाढत होती, तसा आबांच्या पगारात खर्च भागेना. त्यासाठी त्यांना उत्पन्नाचा दुसरा मार्ग शोधणे भाग होते.

* * *

६

बाईंना शेती व्यवसायातील थोडीफार माहिती होती, कारण काकासाहेब स्वतः आधुनिक शेतीपद्धतीचा प्रसार करीत, ते बाईंनी पाहिलेले होते. त्यातच काकासाहेबांच्या संबंधांतील एक बागायतदार बाईंना मुलीप्रमाणे मानत. त्यांच्या मदतीने बाईंनी संसाराला हातभार लागण्यासाठी थोडी जमीन घेतली. अर्थात भांडवलाची अडचण होतीच, तेव्हा बाईंनी काही दागिने विकले आणि तान्हुबाई पाटलांकडून थोडी मदत घेतली. बाई 'सेवासदन'मध्ये असताना तान्हुबाई त्यांना शिवणकाम शिकवायच्या. त्यांनी बाईंना आपल्या मुलीसारखे मानले होते. त्या दर वर्षी उन्हाळ्याच्या सुटीत बाईंकडे येऊन राहत. शेती घेताना त्यांनी स्वतःची शिल्लक रक्कम बिनव्याजी बाईंच्या स्वाधीन केली. पुढे बाईंची मुलेही पुण्याला गेल्यानंतर तान्हुबाईंकडे राहत असत. बाईंनी अशा प्रकारे भांडवल उभे करून काटेवाडी येथे जमीन घेऊन शेती सुरू केली. शेतावर जाण्या-येण्याची अडचण होती. त्यासाठी त्यांनी एक जुना टांगा व घोडे विकत घेतले. टांगा चालवायला नोकर ठेवण्याची अर्थातच त्यांची ऐपत नसल्याने त्या स्वतःच टांगा जुंपून शेतावर जा-ये करू लागल्या! त्या काळी मराठा समाजातील स्त्री स्वयंपाकघराच्या देखील बाहेर पडत नसे. कोठेही जायचे म्हटले, तर बैलगाडीतून जावे लागे आणि या गाडीला देखील सगळीकडून पडदा लावला जाई! अशा काळात बाईंनी टांगा चालविणे, हा देखील रूढिग्रस्त समाजाला धक्काच होता आणि म्हटले तर वस्तुपाठही! अढळ विचाराच्या व ध्येयासाठी अविश्रांत परिश्रम करणाऱ्या स्त्रियांचे कर्तृत्व फुलताना त्या काळी पुरुषांना अजिबातच मानवत नसे. परिणामी, स्त्रियांची चेष्टा करण्यातच धन्यता मानणाऱ्या कर्तृत्वहीन पुरुषांकडे दुर्लक्ष करण्याचा मार्ग बाईंनी पत्करला. स्वतःच्या संसाराला हातभार लावण्यासाठी पडेल ते काम करण्याची तयारी ठेवणे, एवढे एकच ब्रीद त्यांच्या दैनंदिनीत होते. बाई

शेतावर गेल्यावर लहान मुलांना कोण सांभाळणार, हा प्रश्न होताच. बाईंची थोरली बहीण सोनूबाई मिणचेकर ऊर्फ सोनूमावशी या एकट्याच होत्या. त्यांना आसरा द्यायला कोणी तयार नव्हते. सोनूमावशी भावाकडे राहायला गेल्या होत्या; पण त्यांच्या पत्नीने ठेवून घेण्यास नकार दिला. बाईंचे वडील तर लहानपणीच वारले होते. बाईंनी त्यांना आपल्या घरी बोलावून घेतले. मावशींचे शिक्षणही झालेले नव्हते. त्यांना फक्त घरकाम, स्वयंपाक येत असे. वास्तविक, आबांचा पगार तुटपुंजा होता. आबांनी मोठ्या मनाने कुटुंबातील सर्वांना सारख्याच प्रेमाने, जिव्हाळ्याने एकत्रितरीत्या सांभाळले. सोनूमावशी शेवटपर्यंत बाईंकडेच राहिल्या. स्वयंपाक, धुणी-भांडी, मुलांचे संगोपन यांत त्या बाईंना मदत करीत, त्यामुळेच बाईंना समाजकारण, राजकारण, शेती या क्षेत्रांत भाग घेता आला. आपल्या कुटुंबाची सर्वांगीण प्रगती साधता आली. बाईंनी बहिणीला आश्रय तर दिलाच; पण त्याबरोबर स्वतःलाही स्वातंत्र्य मिळवून आपल्या असामान्य कुवतीचा पूर्ण उपयोग करण्याची संधी मिळवली. पवार कुटुंबाच्या यशात सोनूमावशीचा देखील खारीचा वाटा आहे, हे महत्त्वाचे!

आबांच्या फिरतीच्या नोकरीमुळे ते रोज वेगवेगळ्या गावी जात. संसाराची सर्व जबाबदारी बाईंवर पडे. पत्नीचे कर्तृत्व, व्यवहारचातुर्य, बुद्धिमत्ता, कामातील नियोजन पाहून आबांनी हळूहळू घरातील सर्व व्यवहार बाईंकडेच सोपवून दिले. आता शेतातून धान्य, भाजीपाला येऊ लागला. वसंत व दिनकर ही थोरली मुले दहा-आठ वर्षांची झाली होती. ती शाळेत जाऊ लागली होती. बाईंनी त्यांना व्यवहारात तरबेज करण्यास सुरवात केली.

* * *

७

खरे तर, घर हीच माणसांची पहिली शाळा आणि आई हीच खरी शिक्षिका असते. मुले म्हणजे आईच्या मनाचे ऐश्वर्य. मुलांना मिळालेली मानसिक सुरक्षितता हे आईचे मनापासूनचे वरदान होय. प्रत्येकाच्या मनाचे ऐश्वर्य हे त्यांच्यातील मानसिक सुरक्षिततेचे गमक होय. असे सुरक्षित घरटे वाट्याला यायला पण भाग्य लागते.

शेतातील धान्य, भाज्या यांच्या विक्रीसाठी, दुधाच्या रतिबासाठी बाईंनी मुलांना पाठवायला सुरवात केली. गरज पडल्यास त्या मुलांना मंडईत भाजी विकायलाही बसवीत. शाळेतील शिक्षक व परिचित मंडळी त्यांच्याकडून या गोष्टी खरेदी करीत. बाजारात अनेकदा बरे-वाईट अनुभव येत. एकदा थोरले वसंतराव व अप्पासाहेब यांना बाईंनी धान्य विकण्यासाठी दिले. एकाने धान्य द्यायचे व दुसऱ्याने पैसे घ्यायचे वगैरे सर्व गोष्टी समजावून सांगितल्या. बाजाराच्या अलीकडेच गटाने आलेल्या काही चलाख बायकांनी त्यांना घेराओ घातला आणि पैसे न देताच गोंधळ करीत धान्य केव्हा पळवले, याचा या दोघांना पत्ताही लागला नाही. आता बाईंच्या प्रश्नांना कसे तोंड द्यायचे, या काळजीने हे दोघेही घरापासून दूरच उभे राहिले. आबांच्या परिचयाच्या एका गृहस्थाने आबांना सांगितले, ''तुमची मुले घरापासून दूर उभी आहेत व घरी यायला तयार दिसत नाहीत. थोडी घाबरलेली वाटतात!''

बाईंनी हे ऐकले व दोघा मुलांना निरोप पाठविला, काही काळजी करू नका, घरी या. दोघे घरी आल्यावर बाई त्यांना म्हणाल्या, ''असे काही होईल, हे मला माहिती होते. म्हणून मी पायलीभर धान्याऐवजी शेरभर धान्य तुमच्या ताब्यात दिले होते. आता हे पायलीभर धान्य घ्या आणि पुन्हा बाजारात जा. न गडबडता धान्य विकून पैसे घेऊन या.'' या दोन्ही बंधूंनी पुढे व्यवहारात कधीही चूक केली नाही. मुलांकडून छोटी-छोटी कामे करून घेण्यामागे शिक्षणाबरोबरच व्यावहारिक व व्यावसायिक

कौशल्यांत मुले मागे पडू नयेत, हाच बाईंचा उद्देश होता.

बाळासाहेबांनी एकदा काही डझन मेणबत्त्या विकत घेतल्या आणि बाजाराच्या दिवशी दुपारी मेणबत्त्या विकण्यासाठी फिरू लागले. संध्याकाळपर्यंत एकही मेणबत्ती विकली गेली नाही. संध्याकाळ होत आल्यावर एक बैलगाडीवाला म्हणाला, 'मला एक मेणबत्ती पाहिजे,' आणि त्यानंतर मात्र सगळ्या विकल्या गेल्या. यातून बाळासाहेबांना एक बोध निश्चित मिळाला, की ग्राहकाला ज्या गोष्टीची जेव्हा गरज असेल, तेव्हाच ती त्याच्यापुढे आली पाहिजे.

बाई मुलींना भाज्या विकायला पाठवीत किंवा भोपळ्याचे तुकडे विकायला देत. दिवसभर विकलेल्या मालाचा संध्याकाळी नीट हिशेब द्यावा लागत असे. पैसे मोजून बाईंकडे द्यावे लागत. कोणत्याही कामाची लाज न बाळगता, अनुभव घेत शिकण्याची, स्वतःचा माल स्वतः विकायची सवय लावली पाहिजे, असे त्या म्हणत असत.

एकदा एका मुलाच्या तोंडून, ''बाई, मी मंडईत भाजी विकायला बसणार नाही, शाळेतील मुले मला त्या संदर्भात चिडवतात,'' असे उद्गार निघाल्याबरोबर बाई त्याला म्हणाल्या, ''तुला मंडईत भाजी विक्रीसाठी बसायची लाज वाटत असेल, तर उद्यापासून मी भाजी विकायला बसेन; मात्र माझ्याऐवजी तुला मावशीला स्वयंपाकात व घरातल्या कामांत मदत करावी लागेल.'' त्यानंतर कोणत्याही मुलाची कधीही कुरकुर करण्याची हिंमत झाली नाही. काम न करता, टिवल्याबावल्या करीत मुले कधीही बसली नाहीत. अर्थात, आईची शिस्तच अशी होती, की काम न करण्याला दुसरा पर्यायच उपलब्ध नसायचा!

बाईंच्या खांद्यावर संसाराची, मुलांची जबाबदारी असे. शेतीच्या कामातही त्या व्यस्त असत, शिवाय घरगुती इतर जबाबदाऱ्या, पै-पाहुणे,

मुलांच्या शिक्षणाची काळजी, अशी सर्वसामान्यांच्या घरांप्रमाणे बाईंचीही दैनंदिनी होती. मुलांच्या सर्वांगीण व्यक्तिमत्त्वविकासाकडे लक्ष देतानाच बाई स्वतःही पहाटे चारपासून काम आणि फक्त कामच करीत असत.

स्वतः शरदरावांनीदेखील घरच्या शेतीतील केळी, द्राक्षे वगैरे माल आठवडा बाजारात गावोगावी जाऊन विकलेला आहे. बारामती, दौंड, वालचंदनगर ही बाजाराची ठिकाणे होती. दौंडचा बाजार रविवारी भरत असे. दौंडला जाण्यासाठी तेव्हा रेल्वेची सोय होती. रेल्वेने दौंडला जाऊन शेतमाल विकायचा, हे त्यांचे नेहमीचे काम असे. त्याचबरोबर घरात लागणाऱ्या सर्व किराण्यापासून इतर वस्तूंची खरेदी, घरातील बाजार या सर्व कामांची जबाबदारी शरदरावांवर असे. भावंडांच्या लग्नात बस्त्यापासून मांडवाची, जेवणाखाण्याची व्यवस्था, त्यासाठी लागणारे सामान यांचे बारकाईने नियोजन करून ते स्वतः सर्व कामे करीत. त्यासाठी बाईंचे मार्गदर्शन असायचे.

जीवनात यश हे फक्त पैशाने किंवा निव्वळ योगायोगाने मिळत नसून, मूलभूत विचारांमध्ये दूरगामी नियोजन असणे व त्याप्रमाणे कठोर अंमलबजावणीची तयारी ठेवणे, हेही निश्चितच गरजेचे आहे. घरातील छोट्या-छोट्या गोष्टीही ते स्वतः करीत असल्यामुळे स्वतःवरचा विश्वास वाढून वागण्या-बोलण्यात आत्मविश्वास येत गेला. त्यातूनच शरदरावांचे प्रखर, स्वतंत्र विचारसरणीचे प्रगल्भ व्यक्तिमत्त्व निर्माण झाले असावे.

आठवड्यात रोज निरनिराळ्या गावी आठवडा बाजार भरत असल्याने शरदरावांना तेवढ्या ठिकाणची माणसे नियमित भेटत असत. बाजारकऱ्यांच्या या ओळखींचा फायदा ते पहिल्यांदा निवडणुकीला उभे राहिले, तेव्हा प्रचाराच्या वेळी झाला. बाजारातून घरी येता-येता कधी कधी त्यांना रात्र होत असे. पैसे सुरक्षित घरी आणावे लागत. तीही एक जोखीमच असे. अशा वेळी ते बैलगाडीच्या चाकाच्या मध्यभागी पैसे

लपवून ठेवीत असत.

सर्वच मुलांना नेमून दिलेली कामे ठराविक वेळेत ठरवलेल्या पद्धतीप्रमाणेच करावी लागत. आखून दिलेली लक्ष्मणरेषा ओलांडण्याची हिंमत सहसा कोणाचीच नसे. घरातून सांगितलेल्या गोष्टी ऐकण्यासाठीच असतात, त्या ओलांडून पुढे जाण्यासाठी नसतात, हे बाळकडू सर्वांमध्येच खूप लहानपणापासून होते, त्यामुळे सर्व जण बाई सांगतील तशीच कामे निमूटपणे करीत. बाईंनाही मुलांतील प्रामाणिक कष्टांची जाणीव असे. बाई घरातूनच मुलांना कामाचे नियोजन, मार्गदर्शन करीत असत. मुलांना हाताला धरून, बरोबर घेऊन कामे करण्याची, त्याबरोबर काही शिकवण्याची त्यांच्यावर वेळ येत नसे. बाईंकडे तेवढा वेळही नसे.

बाईंनी एकदा प्रतापरावांना हरभरा विकायला पाठवले आणि विक्रीच्या पद्धतीबद्दल काही मार्गदर्शन केले. बाजारात गेल्यानंतर प्रतापरावांच्या थोरल्या बंधूंचे-वसंतरावांचे- एक मित्र त्यांच्याकडे आले आणि म्हणाले, ''मी एकदम तीन पेंढ्या घेतो; पण किंमत थोडी कमी कर.'' घरातून घालून दिलेल्या लक्ष्मणरेषेत हा व्यवहार बसत नव्हता, त्यामुळे ते यासाठी तयार झाले नाहीत. नंतर घरात ही गोष्ट समजली; पण घरातून कोणीही उलट विचारले नाही. एकमेकांच्या मतांचा आदर कायमच ठेवला जात असे.

घरच्या कामाची लाज न बाळगता कामे करावीच लागत आणि तीही आई, वडील किंवा मोठे बंधू सांगतील त्या पद्धतीनेच. प्रतापरावांना दूध विकायला जावे लागायचे. यासाठी त्यांना त्यांच्या वर्गातील मुलीच्या घरी जावे लागे. याची त्यांना लाज वाटायची. ही गोष्ट बाईंच्या लक्षात आल्यावर बाई रागावून म्हणाल्या, ''दूध विकतोयस, दारू नाही! घरातल्या कामाची लाज कसली?'' बाईंकडून मुलांच्या मनावर लगेचच पैलू पाडला जायचा. तिथे परिस्थितीशी तडजोड नसायची आणि दुसरा

मार्गही नसायचा, त्यामुळे सर्वांनाच आहे त्या परिस्थितीशी जुळवून घेत कामे करीत राहण्याची, पडेल ते कष्ट करण्याची सवयच पडली. काम नाही केले, तर बाईंपुढे आपली काही धडगत नाही, ही भीतीही सर्वांच्या मनात असायची. सर्वच जण निमूटपणे बाई म्हणतील तसे, सांगतील तसे ऐकायचेच. चुकांची पुनरावृत्ती सहसा होत नसे. पुढील आयुष्यातही प्रत्येकाच्या अंतर्मनामध्ये बाईंचे बोलणे एक स्मृतिपुष्प बनून राहिले. या स्मृतिपुष्पाचे रंग कधीच विटले नाहीत, त्यांचा भावगंध कधी विरला नाही. मुलांच्या पंखांत बळ देऊन दूर उडायला शिकवण्याचे काम ममत्वाने आईच करते. माधवरावांना बाईंबद्दल अतिशय अभिमान होता. ते नेहमी सांगत असत, ''बाईंनी आम्हा सर्व भावंडांना लहानपणापासून विक्रीची सवय लावली, त्यामुळे मोठेपणी जगाच्या बाजारपेठेत स्वतःची उत्पादने विकताना फारसे वेगळे शिकण्याची गरजच पडली नाही.''

बाईंची स्वतःची आदर्श वागणूक, दूरदृष्टी, काटकसरी स्वभाव हे मुलांना खूप काही शिकवून गेले. बारामतीत गुरुवारी बाजार असायचा. शेतावरील गड्यांचा पगार बाजाराच्या दिवशी केला जाई. त्या दिवशी पगार झाला, की बाई त्यांना धान्य घालीत व त्यांचे पैसे कापून घेत. अंडी जमली, की विकत. केळी, द्राक्षे वगैरे विकत. दुधाचा रतीबही असायचा. असे पैसे जमले, की बाई त्यातून पोस्टाची सेव्हिंग्ज सर्टिफिकेट्स घेत व ती पुरेशी जमली, की ती मोडून त्याचे सोने घेत. सोन्याचे भाव वाढले, की घेतलेले सोने विकत व त्यातून नफा कमवीत. असे करीत त्यांनी पैसे साठविले. त्यातून त्या हळूहळू जमिनीची खरेदी करीत गेल्या. संसारात पैशाचा झरा निर्माण करण्यासाठी या व्यतिरिक्त व्यवस्थापकीय व व्यावहारिक जाणिवेचे दुसरे सुंदर उदाहरण असू शकेल का? बाईंमधील बुद्धिवैभवाची झलक अशी छोट्या-छोट्या गोष्टींतून नेहमीच जाणवत राहते. आबांनी हे गुण जाणून त्यांना विचारस्वातंत्र्य,

मतस्वातंत्र्य, निर्णयस्वातंत्र्य दिले. आर्थिक बाजू सांभाळण्याची देखील जबाबदारी दिली. या सर्व जबाबदाऱ्या समर्थपणे पेलून बाईंनी आबांचा विश्वास सार्थ ठरवला.

* * *

८

आबा-बाईंच्या सहजीवनात १९३८मध्ये एकमेकांप्रतीचा आदर, श्रद्धा, विश्वास द्विगुणित करणारी, बाईंमधील चैतन्याला-उमेदीला प्रेरणा देणारी घटना घडली.

आबांच्या पूर्ण पाठिंब्याने बाईंनी १९३८च्या जूनमध्ये काँग्रेस पक्षातर्फे जिल्हा लोकल बोर्डाची निवडणूक लढविण्यासाठी अर्ज भरला. त्या वेळी पुणे जिल्ह्यातून एक जागा महिलांसाठी राखीव असायची व संपूर्ण पुणे जिल्हा हा मतदारसंघ असायचा. बाई-आबांच्या कर्तृत्वाचा परिसरामध्ये चांगला बोलबाला होता. शेतीवर, आबांच्या नोकरीवर संसार सुरळीत चालू होता. साधारणपणे १९२६ ते १९४० हा आबा-बाईंच्या जीवनातील खराखुरा संघर्षाचा काळ होता. खरे तर, बाई ज्या घराण्यात जन्मल्या होत्या, ज्या वातावरणात वाढल्या होत्या, ते वातावरणच मुळी त्या काळाच्या मानाने फार वेगळे होते. काकासाहेब स्वतः शेतकी खात्यातील मोठे अधिकारी असल्याने, त्यांनी शेती खात्याच्या माध्यमातून तेथील शेतकरी बागायतदार मंडळींना खूप मदत केल्यामुळे, परिसरातील मोठमोठी मंडळी त्यांना मानत असत. त्यातील रावबहादूर जाचक, राजे जाधवराव, गणूकाका दाते, गणेश शेंबेकर मंडळी बाईंना आपल्या मुलीप्रमाणेच मानीत असत. आबाही सहकाराच्या माध्यमातून जनतेला मोठी मदत करीत. आबा शेतकऱ्यांमध्ये लोकप्रिय होते. नोकरीनिमित्ताने त्यांचा जनसंपर्कही चांगलाच होता. परिसरातील प्रतिष्ठित व्यक्तींमध्ये त्यांची ऊठ-बस असे. बाईंना तळागाळातील जनतेच्या व शेतकऱ्यांच्या अडीअडचणी सोडविण्यात रस होता. तेव्हा सगळी सत्ता परकीयांच्याच हातात होती. सरकारदरबारी जनतेची गाऱ्हाणी मांडण्यासाठी स्थानिक स्वराज्य हाच एकमेव मार्ग होता, त्यामुळे मिळालेले अल्पस्वल्प स्थानिक 'स्वराज्य' अधिकाधिक पद्धतीने राबवावे व त्याचा जास्तीत जास्त फायदा

पदरात पाडून घ्यावा, या हेतूने त्या त्या विभागातील नामवंत माणसे नगरपालिकांत व जिल्हा लोकल बोर्डात भाग घेत. जिल्हा लोकल बोर्डाच्या सदस्यांच्या नेमणुका होत नसत, तर त्यांना लोकमतावर आधारलेल्या प्रत्यक्ष निवडणुकीचा आधार घ्यावा लागत असे. बाई स्वतःच स्वयंप्रज्ञ, बुद्धिमान असल्याने त्यांचीही जनमानसावर चांगलीच पकड निर्माण झाली होती. या सर्वांचा परिणाम म्हणजे, या जागेवर बाईंची बिनविरोध निवड झाली. त्या वेळच्या निवडणूक पद्धतीप्रमाणे कमीत कमी अठ्ठावीस रुपये शेतसारा भरणाऱ्यास मतदानाचा हक्क असे.

पुणे जिल्हा लोकल बोर्डामधील कार्याचा यज्ञ शनिवार, ९ जुलै १९३८पासून बाईंनी आरंभिला. हा यज्ञ सलग चौदा वर्षे अखंडपणे धगधगत होता. स्वातंत्र्यपूर्व व स्वातंत्र्योत्तर काळातील शेतकऱ्यांच्या व सामान्यजनांच्या अडचणींना वाचा फोडण्यासाठी लोकल बोर्डाच्या व्यासपीठाचा एका महिलेकडून किती प्रभावीपणे वापर होऊ शकतो, याचा ज्वलंत व प्रेरणादायी इतिहास या चौदा वर्षांनी पाहिला आहे.

लोकल बोर्डाच्या निवडणुकीत महाराष्ट्रातील अकरा लोकल बोर्डांपैकी दहा लोकल बोर्डे काँग्रेसने काबीज केली. त्या वेळी पुणे जिल्हा लोकल बोर्डातील पन्नास जागांपैकी छत्तीस काँग्रेसने जिंकल्या होत्या. या छत्तीसमधील एकमेव स्त्री उमेदवार होत्या सौ. शारदाबाई गोविंदराव पवार. तेव्हा केशवराव जेधे महाराष्ट्र प्रांतिक काँग्रेसचे अध्यक्ष होते. ब्राह्मणेतर पक्षातून काँग्रेसमध्ये आलेले शंकरराव मोरे लोकल बोर्डाचे अध्यक्ष बनले.

आपल्या देशात स्थानिक स्वराज्य संस्थांचा इतिहास फार जुना आहे. प्राचीन काळी आपल्या देशात या संस्था अस्तित्वात होत्या. त्या वेळच्या या संस्थांची घडण फारच भिन्न होती. त्या काळी या संस्थांचे कार्य मुख्यतः नागरिकांच्या सुखसोयी पाहणे, हे होते; पण

ब्रिटिश अमलास सुरवात झाल्याबरोबर जुनी सामाजिक व राजकीय व्यवस्था मोडकळीस येण्यास प्रारंभ झाला. आर्थिक बाबतीतही दोन-तीन प्रकारचे परिणाम चटकन दिसून येऊ लागले. ग्रामसंस्था विस्कळित होऊ लागणे हा नवीन प्रस्थापित झालेल्या राजसत्तेचाच परिणाम होता. आजपर्यंत चालत आलेल्या राजांची पद्धती निराळी व इंग्रजांची निराळी. ग्रामाधिकारी व ग्रामसंस्था यांच्यामार्फतच बराच कारभार करवून घेण्याकडे जुन्या राज्यकर्त्यांचा कल असे; पण इंग्रज राज्यकर्त्यांस असे करणे शक्य नव्हते. त्यातूनच ता. १८ मे १८८२रोजी लॉर्ड रिपन यांनी भारतीय स्थानिक स्वराज्यासंबंधीचा ठराव मंजूर केला. या ठरावात लोकशाहीच्या, निवडणुकांच्या तत्त्वांचा उद्घोष करण्यात आला. स्थानिक स्वराज्य संस्थांची निर्मिती करण्यामागील रिपन यांची भूमिका स्पष्ट होती, ती म्हणजे या संस्थेच्या माध्यमातून जनतेचे राजकीय शिक्षण होऊ शकेल, खेड्या-पाड्यांतील जनतेला कारभार चालविण्याचे कौशल्य प्राप्त होईल आणि त्यातूनच चैतन्य निर्माण होईल. त्यामुळेच एकाधिकारशाहीने चालणारा अधिकाऱ्यांचा हस्तक्षेप संपविला जाईल. तत्कालीन मुंबई इलाख्यात १८८४मध्ये लोकल बोर्ड्स ॲक्ट करण्यात आला. त्यानुसारच जिल्हा लोकल बोर्ड्स अस्तित्वात आले. जिल्हा हाच ब्रिटिश प्रशासनाचा केंद्रबिंदू होता. जिल्हाधिकारी हाच त्या बोर्डाचा अध्यक्ष असे. आताच्या जिल्हा परिषदा म्हणजेच त्या वेळची जिल्हा लोकल बोर्ड होत.

बाईंनी प्रथम निवडणूक लढवली, तेव्हा त्यांचे वय सव्वीस वर्षांचे होते. सहा मुलांपैकी यशवंत नावाच्या मुलाच्या मृत्यूचे दुःखही त्यांनी पचविले होते. बाईंनी जेव्हा निवडणूक लढविली, तेव्हा बाई थोरली मुलगी सुनीता हिच्यावेळी गर्भवती होत्या. बोर्डाच्या पहिल्या बैठकीला त्या सात महिन्यांची गर्भवती असताना हजर होत्या. बाईंच्या धाडसी

सकाळ पुणे बुधवार ता. १ जून १९३८

सौ. शारदाबाई पवार

पुणे शहर विभागातर्फे पुणे जिल्हा लोकल बोर्ड निवडणुकीत सौ. शारदाबाई पवार या कॉंग्रेसतर्फे बिनविरोध निवडून आल्या.

पुणे जिल्हा लोकलबोर्ड निवडणूक
हवेली तालुक्यांत कॉं. चा विजय

पुणे, ता. ३१—आज रोजी पुणे जिल्हा लोकल बोर्ड निवडणुकीचा निकाल लागून हवेली तालुक्यातर्फे खालील उमेदवार निवडून आले.

पुणे शहर विभाग

१ श्री. नथु मारुती साठे (स्वतंत्र) ११११ मते.

२ श्री. शंकर शांताराम मोरे (कॉंग्रेस) १०६९ मते.

३ सौ. शारदाबाई पवार (कॉंग्रेस) बिनविरोध.

खेड-शिवापूर विभाग

१ श्री. दत्तात्रय हरी गोगटे (कॉंग्रेस) ५६१ मते.

२ श्री. भिकू बाळाजी दांगट (कॉंग्रेस) ५१९ मते.

लोणी-काळभोर विभाग

१ श्री. लांडके (कॉंग्रेस), २ श्री. जयवंतराव इनामदार (कॉंग्रेस) दोघेही बिनविरोध निवडून आले.

बाण्याला खरोखरीच मोल नाही.

बहुजन समाजातील बहुतेक जण अशिक्षित असताना, बाई-आबांसारखे एखादेच शिक्षित दांपत्य असे. त्या वेळी भारतीय समाजात स्त्रियांचा एकूणच राजकीय आणि सामाजिक कार्यात सहभाग अत्यल्पच असे, याचे कारण म्हणजे स्त्रियांबाबतचा दृष्टिकोन, स्त्रियांना परंपरेने लाभलेले दुय्यम स्थान, परंपरागत रूढी आणि अंधश्रद्धा. या सर्व बाबी स्त्रियांच्या प्रगतीतील अडसर होत्या. ''न स्त्री स्वातंत्र्यम् अर्हती'' या मनुवचनाचा भारतीय समाजावर खोलवर परिणाम झालेला होता, त्यामुळे राजकीय किंवा सामाजिक क्षेत्रात कार्य करण्याची तयारी असणाऱ्या स्त्रियांना समाजाकडून पाठिंबा किंवा उत्तेजन मिळत नसे. राजकारणातील स्त्रियांना सामाजिक व राजकीय समस्यांवर भर द्यावा लागतो. अशा वेळी स्त्रिया बौद्धिकदृष्ट्या कमी पडत नाहीत; पण स्त्री म्हणून तिच्यावर काही मर्यादा येतात. शारदाबाईंच्या बाबतीत मात्र कोणतीही गोष्ट त्यांच्या कार्याला अडवणूक करणारी ठरू शकली नाही. आबांचा भक्कम पाठिंबा आणि सार्थ विश्वास असल्याने, इतर समाजाची पर्वा करण्याची त्यांना गरज पडली नाही. साधारण पन्नास सदस्यांच्या सभेमध्ये सलग चौदा वर्षे बाई एकट्याच स्त्री सदस्य होत्या. प्रत्येकाच्याच व्यक्तिमत्त्वाला आगळेवेगळे पैलू असतात. या पैलूंना झळाळी देण्याचे काम कोणाकडून झाले, तर ते व्यक्तिमत्त्व प्रखर तेजाने तळपू लागते. दाही दिशा व्यापून राहते. आबांनी बाईंच्या व्यक्तिमत्त्वातील पैलूंना वेळीच झळाळी दिली. बाईंनीही सर्वस्व समर्पपणाने स्वतःचे दिव्य तेज चौदा वर्षे तळपू दिले. अनेक अडचणींशी, संकटांशी दोघे मिळून सामना करीत राहिले. पती-पत्नीच्या नात्यातील प्रेमरूपी एकरूपतेचा सुंदर मिलाफ उभयतांच्या जीवनात दिसतो. शिक्षण, सार्वजनिक आरोग्य, बांधकाम अशी विविध कामे तेव्हा लोकल बोर्डाकडे सोपविलेली होती. पैसा उभारणे किंवा

त्याचा विनियोग करणे या कामात लोकल बोर्डाचा प्रत्यक्ष फारच थोडा अधिकार असे. जिल्हा लोकल बोर्डाची कामे पाहता त्यांची उत्पन्नाची साधनेही फारच अपुरी होती, त्यामुळे बोर्डाच्या किमान गरजा भागविणे हे फारच कठीण काम होते. जिल्हाधिकारी जिल्हा बोर्डाचा अध्यक्ष असल्यामुळे व त्याच्या प्रत्यक्ष-अप्रत्यक्ष नियंत्रणामुळे जिल्हा लोकल बोर्ड हे जिल्ह्याच्या कामकाजाचे एक सरकारी खाते झाले होते. अशाच कठीण परिस्थितीत बाईंचे कर्तृत्व खऱ्या अर्थाने बहरले. बाईंच्या बुद्धिमत्तेची चमक याच काळात जाणवली. इतक्या कठीण परिस्थितीतही, मतदारसंघातील प्रश्नांना व मतदारसंघातील जनतेला न्याय मिळवून देण्याबाबत त्या जागृत असत. वेगवेगळे ठराव आणि अर्थसंकल्पातील विविध तरतुदींवरील मागण्या यावर होणाऱ्या चर्चेमध्ये त्यांनी प्रभावीपणे सहभाग घेतला. देश-परदेशांतील दैनंदिन घडामोडींवर त्यांचे बारकाईने लक्ष होते, हेच त्यांच्या कार्यावरून, भाषणांमधून ठळकपणे जाणवते.

लोकल बोर्डाच्या बैठकीसाठी पुण्याला येणे ही काही त्या काळी सोपी गोष्ट नव्हती. वाहनांची नीट सोय नसायची. बारामतीहून एक खासगी गाडी पुण्याला येत असे. ती कोळशावर चालणारी असे. पहाटेपासूनच वाहनचालकाला कोळसा पेटवावा लागे. त्यातून तयार होणाऱ्या वाफेवर गाडी चालत असे. बाई कधी या गाडीमधून बारामती-पुणे-बारामती असा प्रवास एका दिवसात करीत; तर कधी रेल्वेने बारामतीहून दौंडला यावे लागे, दौंडहून पुण्याला आणि परतीच्या प्रवासातही पुणे-दौंड व दौंड-बारामती असा प्रवास करीत. महिन्यातून एकदा बोर्डाच्या बैठकीला हजर राहावे लागे. एकाच दिवशी दोन बैठका असत. पहिली बैठक एक वाजता सुरू होई. ही संपूर्ण बोर्डाची बैठक असे. दुसरी बैठक दुपारी चार वाजता सुरू होई. ही विविध समित्यांची असे. बाईंनी चौदा वर्षांच्या

अखंड कामकाजामध्ये विविध समित्यांवर काम केले. त्या तीन वेळा पब्लिक हेल्थ कमिटीच्या सदस्य झाल्या, दोन वेळा पंचायत कमिटीच्या सदस्य झाल्या; तर बरीच वर्षे त्यांनी बांधकाम कमिटी सदस्य व नंतर चेअरमन म्हणून काम पाहिले. १९५० या एकाच वर्षात त्या पब्लिक हेल्थ कमिटी, स्टँडिंग कमिटी, बजेट कमिटी, पंचायत कमिटी अशा विविध समित्यांवर काम करीत होत्या. त्यातील काही काळ त्या बांधकाम समितीच्या चेअरमनही होत्या.

बारामतीहून पुण्याला जाण्यासाठी त्या घरातून लवकर निघत. घरातील सर्व कामे आवरून बाहेर पडावे लागे. एक मूल खांद्यावर, तर एक मूल गर्भात अशा परिस्थितीत त्या सलग नऊ वर्षे पुण्याला येत. प्रत्येक मुलाच्या वेळी त्या सात महिन्यांच्या गर्भवती असेपर्यंत प्रत्येक सभेला हजर राहत असत. पुढील काळात त्या फक्त चार महिने रजेवर असत. मूल फक्त दोन महिन्यांचे झाल्यावर परत बैठकीला उपस्थित राहणे सुरू होते. १९४३च्या दरम्यान बाईंचा यशवंत (दुसरा) नावाचा एक मुलगा दगावला. केवळ दोन महिन्यांचे तान्हे बाळ घेऊन त्या बैठकीला येत, बाळाला तान्हुबाईंकडे ठेवीत किंवा बाहेर शिपायाकडे देत. घरातील बाकी भावंडे सांभाळायला सोनूमावशी असत. खासगी बसने पुण्याला स्टँडवर आल्यानंतर तेथून पायी किंवा टांग्याने बैठकीच्या ठिकाणापर्यंत जात; पण बहुधा टांग्याचे पैसे वाचविले जात आणि बाई पायीच पोचत असत. दोन्ही बैठका संपल्यानंतर पुन्हा पायी स्टँडपर्यंत. खासगी बसने बारामतीचा प्रवास. घरी आल्यानंतर घरातील कामे, वाचन हे नित्यक्रम त्या चुकवीत नसत. घरातील जबाबदारी, मुलांचे संगोपन, शिक्षण, संस्कार, शेतीचा व्याप, पाहुण्यांचे येणे-जाणे, सामाजिक कार्य, आबांच्या कार्यात सहकार्य आणि लोकल बोर्डाच्या माध्यमातून सर्वसामान्यांच्या अडचणी सोडविणे या सर्व गोष्टी एकाच वेळी जबाबदारीने बाई पार पाडत आल्या.

* * *

९

आबांना १९४०मध्ये नीरा कॅनॉल्स सोसायटयांच्या खरेदी-विक्री संघात मॅनेजिंग डायरेक्टरपदी बढती मिळाली. इथे शरद, मीना, प्रताप, यशवंत (दुसरा) व नीला अशी पाच भावंडे जन्मली. सोसायटीचे हे घर हा पवार कुटुंबाच्या जीवनातील फार महत्त्वाचा काळ ठरला. या घराचे स्थान अगदी मोक्याच्या ठिकाणी होते. नीरा कॅनॉलवरील पूल समोरच होता. कॅनॉलवरील पाण्यामुळे कपडे धुणे, पोहणे, जनावरांना पाणी देणे, घरासाठी पाणी भरणे अशा गोष्टींमुळे इथे सतत वर्दळ असे. एका बाजूला नगरपालिका, तर दुसऱ्या बाजूला पोस्ट ऑफिस. एका फर्लांगावर गावातील एकमेव हायस्कूल होते. त्यासमोर रेल्वेस्टेशन होते. खाली सोसायटीत तालुक्यातील बागायतदारांचा व व्यापाऱ्यांचा सतत राबता असे. कर्मवीर अण्णा, केशवराव जेधे, शंकरराव मोरे, काकासाहेब गाडगीळ, आचार्य अत्रे यांसारखे नेते इथे येत. लहानसहान कार्यकर्त्यांचीही सतत ये-जा सुरू असे. एकूणच, पाहुण्यांची सतत वर्दळ असे. काही लोक तर महिना महिना मुक्काम ठोकत; पण बाईंनी याबद्दल कधीही तक्रार केली नाही. पवार कुटुंबाचा जनसंपर्क इथे प्रचंड वाढला. आबा शेतकऱ्यांत लोकप्रिय होते. त्यांचा सल्ला घ्यायला शेतकरी येत. हा सल्ला गूळ, पेंड यापुरता मर्यादित नव्हता. शेतकऱ्यांच्या वैयक्तिक अडचणी, मुलांची शिक्षण, सोयरीक असा सर्व प्रकारचा सल्ला मागायला लोक येत. बाई-आबा आनंदाने सर्वांना मदत करीत. सोसायटीच्या या घरामध्ये पाच-सहा मोठमोठ्या खोल्या व त्याला अखंड लांबलचक गॅलरी होती. मागच्या बाजूला मोठे गोदाम व लांबचलांब कौलारू चाळीसारख्या दोन खोल्या, अशी ती इमारत होती. त्या सर्व जागेत गुळाच्या ढेपा व पेंडीची पोती असत. एकसारख्या बैलगाड्या येत, त्यामुळे धूळ, माश्या खूप होत. त्याचा परिणाम असा झाला, की मुलांपैकी उन्हाळ्यात टायफॉईडने कोणी ना कोणी तरी

आजारी पडे.

१९४०मध्ये तर पाच-सहा जण टायफॉईडने आजारी. बाईंची भाची प्रमिलाअक्का बाळंत झालेली. बाळंतपणातच त्यांना टायफॉईड झालेला. थोरल्या वसंतरावांना साठ दिवसांचा टायफॉईड झाला होता. स्वतः बाईंनी शरदरावांना जन्म दिलेला. मोठ्या ताई तेव्हा दोन वर्षांच्या, तर माई एकच वर्षांच्या होत्या. या सर्व आजारपणात, एकंदर परिस्थितीत बाईंची किती तारांबळ झाली असेल! पण त्या वेळी त्यांनी केलेली कसरत बाईच करू जाणे! आजाऱ्यांची शुश्रूषा, त्यासाठी रात्रभर जागरण, औषधपाणी हे सर्व त्यांनाच करावे लागे. सर्वांचीच त्यांनी फार सेवा केली. अत्यंत धीराने, आत्मविश्वासाने, चिकाटीने सर्व गोष्टी त्या करीत गेल्या. स्पंजिंग करणे, खाणेपिणे नीटनीटके देणे, अशा रीतीने सेवेद्वारेच त्यांनी आजारपणातून या सर्वांना वाचविले. या सगळ्या त्रासातून नक्कीच बाहेर पडणार, असा कायम आत्मविश्वास त्यांच्याकडे असे. त्या नेहमी म्हणत, ''संकटाशिवाय जीवनाचे मोल कळत नाही, संकट नसेल व सगळे अगदी सुरळीत, साधे जीवन असेल, तर ते बेचवच वाटेल ना?'' 'जन्मा आला हेला आणि पाणी वाहून मेला' हे त्यांचे आवडते संदर्भ होते. बाई उत्तम पारिचारिका होत्या. कामगार आजारी पडले, तर बाई स्वतःच औषधे तयार करून देत असत.

बाईंच्या आई कधी कधी बाईंकडे येऊन राहत असत. त्यांना शेवटच्या काही वर्षांत अर्धांगवायूचा त्रास होत होता,त्यामुळे त्या अंथरुणाला खिळून होत्या. बाईंनी अखेरपर्यंत त्यांची सेवा शुश्रूषा केली. कोणताही गाजावाजा न करता आजारी व्यक्तीची सेवा बाई करीतच असत. हा त्यांचा नित्यक्रमच असे. कोणासाठी दवाखान्यात डबा घेऊन जा, कोणा बाळंतिणीला मदत कर, तर कोणाला आर्थिक मदत कर. इतकेच काय, मुलांचे कोणी मित्र आजारी पडले असतील आणि मुले

मित्राच्या आजारपणात देखभाल करण्यासाठी गेली नसतील, तर बाई मुलांना रागावत असत. जाब विचारीत, की तुम्ही तुमची कर्तव्ये कशी काय विसरता? अशा प्रसंगांत सामाजिक जाण ठेवलीच पाहिजे, हेच त्यांचे सांगणे असे. जांभळे नावाचे एक गृहस्थ पाटबंधारे खात्यात होते. त्यांच्या पत्नीचे बाळंतपण बाईंनी केले. त्यांच्या मुलाचे बारसे केले. त्यांना कुठेही एकटेपणा वाटू दिला नाही. बाईंचा अनेकांना असा आधार वाटत असे.

स्वतःच्या मुलीलाच बाईंनी अतिशय अवघड बाळंतपणातून प्रसंगावधान राखून वाचवले व बाळाचाही जीव वाचवला. बाईंचे असणे हे घरात सर्वांनाच दिलासा देणारे वाटायचे. एकाकी, निराधार स्त्रियांच्या पाठीशी बाई उभ्या राहायच्या. त्यांनी खूप माणसे जोडली. अनेकांना मदत केली. बाई-आबांच्या स्वतःच्या वर्तनातून दुसऱ्यांना निरपेक्षपणे मदत करणे, कर्तव्यनिष्ठा, प्रामाणिकपणा, प्रयत्नांची सचोटी हे पदोपदी मुलांना जाणवत राहायचे. मुलांनी दुसऱ्यांना मदत केली नाही, सामाजिक भान, ऋण, सामाजिक बंधने जपली नाहीत, तर बाई मुलांना रागावत. आताच्या समाजपरंपरेशी समाजव्यवस्थेशी तुलना करता, हे वेगळेपण फार चटकन भावते. फक्त स्वतःपुरताच विचार करण्याची जी प्रवृत्ती अलीकडील समाजपरंपरेत रूढ होत आहे, त्या पार्श्वभूमीवर बाईंनी दिलेली ही शिकवण म्हणजे संस्कारांचा मोठा वारसाच मानला पाहिजे.

शरदराव कॉलेजमध्ये असताना, त्यांच्या वसतिगृहातील एखादा विद्यार्थी आजारी पडला, तर वर्गणी गोळा करून ते औषध आणून द्यायचे. माधवराव अगदी शेवटच्या क्षणी उपचारासाठी जर्मनीला चालले होते, जातानाही ते आपले मित्र रायाकाकांना म्हणाले, 'प्रसन्न ट्रॅव्हल्स'ची नवीन माहितीपत्रके द्या, परदेशात काही काम मिळतंय का ते बघतो. जाण्याअगोदर तीनच दिवस आधी माधवराव अप्पासाहेबांना म्हणाले

होते, ''आपल्या शेतकऱ्यांना इस्त्राईलला घेऊन जा आणि त्यांना दाखवून द्या, की तिथले लोक कशा प्रकारे एकरामागे लाखो रुपये कमावताहेत.'' सर्वांसाठी झटण्याची प्रवृत्ती ही अशी प्रत्येकातच जाणूनबुजून बाणवली गेली.

माणसाचे मन हे एक कुरुक्षेत्र आहे. त्यात विचार व कल्पना यांचा संघर्ष अखंड चालू असतो. लहान मुलांचे मन कोऱ्या कागदासारखे असते. मुलांच्या कोऱ्या मनावर अनुभवाची अक्षरे जशी उमटतील, तसे ते रंगरूप धारण करते. सुसंस्कारामुळे या रंगरूपांच्या छटांचे सप्तरंगी इंद्रधनुष्यात रूपांतर होते. मुलांच्या मनाची मशागत संस्कारांद्वारा लवकर होते. बाईंनी मुलांच्या भावी आयुष्यासाठी लागणारे उत्तम, उज्ज्वल भविष्यासाठीचे खाद्य सुसंस्कारांद्वारा पुरवले. त्यासाठी शिक्षण हेच समृद्धीचे साधन मानून अडचणींचे खडतर डोंगर पार करीत मुलांना शिकवले आणि सुशिक्षित, सुसंस्कारित पिढीच्या निर्माण प्रक्रियेचा आदर्श समाजाच्या पुढे ठेवला.

* * *

१०

एके दिवशी आबा बाईंना म्हणाले, ''आपल्याकडे काही कामासाठी एक पाहुणे येणार आहेत. त्यांची सर्व व्यवस्था करणे आवश्यक आहे. ताक-भाकरी, दूध-भाकरी असा साधा आहार ते घेतात.'' त्या काळी बारामतीमध्ये टांगे असायचे. मोटार, मोटारसायकल वगैरे अशी कोणतीच वाहने फारशी नव्हती. सकाळी उठून आबांनी टांगेवाल्याला सांगितले, ''तू एस टी स्टँडवर जा. तिथे एक दाढीवाले गृहस्थ येतील, त्यांना विचार, 'कुठं जायचंय?' 'मला पवारांकडे जायचंय' असे ते म्हणाले, तर तू त्यांना घरी घेऊन ये.''

जवळ-जवळ दहा-साडेदहाला टांगा आला. एक जबरदस्त चाल असणारी, उंचीपुरी, काळीसावळी भारदस्त व्यक्ती खाली उतरली. बाई-आबा देवाला फारसे भजत नसत किंवा सहसा कोणाच्या पायाही पडत नसत; पण टांगा आल्यावर आबांनी बाईंना हाक मारली. जेव्हा हे गृहस्थ टांग्यातून उतरले, तेव्हा भररस्त्यावर बाई-आबांनी त्यांना खाली वाकून नमस्कार केला. आलेल्या पाहुण्यांचे कपडे अगदी वेगळेच होते. अंगात जाड्याभरड्या खादीचा नेहरू शर्ट, त्याला दोन-तीन ठिकाणी ठिगळे लावलेली, पायांत चप्पल नाही, की डोक्यावरही काही नाही. बाई-आबा त्यांना घरात घेऊन आले. त्यांनी मुलांशी ओळख करून दिली, ''यांचे नाव, कर्मवीर भाऊराव पाटील.'' चार-पाच दिवस कर्मवीर अण्णा आबांच्या घरी राहिले.

बाई-आबांच्या विचारविश्वात मुलांच्या शिक्षणाला सर्वांत अधिक महत्त्व होते. बाईंसाठी शिक्षण म्हणजे एक सामाजिक व वैचारिक परिवर्तनाचे माध्यम आणि मानसिक व आर्थिक गुलामगिरीतून मुक्तता मिळविण्याचे साधन होते. त्यांच्या शैक्षणिक तत्त्वज्ञानात श्रमसंस्कारांना, श्रमप्रतिष्ठेला फार महत्त्व होते. काळ झपाट्याने बदलतो आहे, याचे आत्मभान बाई-आबांनी जागृत ठेवले.

बदलत्या परिस्थितीनुरूप स्वतःमध्ये पटकन बदल घडवले. सभोवतालच्या परिस्थितीतील बदल स्वीकारले. सर्वांत महत्त्वाची गोष्ट बाई-आबांनी कोणती केली असेल, तर सर्वांना उत्तम शिक्षण दिले. ही गोष्ट एक दिवसाची, एका वर्षाची नाही, तर तब्बल तीस-पस्तीस वर्षांची आहे. बाराही मुलांना शिकवताना काय अडचणी आल्या नसतील? पण आपली मुले शिकून मोठी व्हावीत, असे त्यांना मनापासून वाटे. शिक्षण हीच विकासाची गुरुकिल्ली आहे, सर्व सुधारणांचे मूळ आहे, हे त्यांनी वेळीच ओळखले होते.

खरे तर, अजूनही जनतेची दृष्टी शिक्षणाकडे अनास्थेनेच पाहण्याची होती. अशिक्षित, अडाणी जनतेचे दैनंदिन जीवन अंधश्रद्धांनी व्यापलेले होते. बहुजन समाजाची गुजराण मुख्यतः शेतीवर होत असे. शेती बहुतांशी कोरडवाहू असल्याने शेतीतून फारसे उत्पन्न येत नसे. शेती करण्यासाठी लिहिण्या-वाचण्याचा उपयोग काय? अशा समजुतीमुळे लिहिणे-वाचणे शिकण्याचा संबंधच नव्हता. तत्कालीन स्थितीत तथाकथित उच्चवर्णियांकडेच शिक्षणाची व नोकऱ्यांची मक्तेदारी होती. बहुजन समाजातील शैक्षणिक मागासलेपणा नाहीसा करण्याचे प्रयत्न फारसे झालेलेच नव्हते. या समाजात अजूनही दारिद्र्य आणि अशिक्षितपणा दिसून येतो. पुरुषवर्गाचीच स्थिती अशी, तर स्त्रियांची स्थिती आणखीच बिकट! ही वैचारिक गुलामगिरी भयंकर होती.

बाई-आबांनी या वैचारिक गुलामगिरीला तोंड देण्याचा मार्ग पत्करला, तो मुलांना शिकवण्यातून. ही एक वैचारिक क्रांती ठरली आहे. या क्रांतीत बाईंनी भावनेपेक्षा विवेकशक्तीला मानाचे स्थान दिले आहे. पारंपरिक समजुतींना फाटा देऊन नव्या गोष्टींचे अवलोकन करून ते प्रत्यक्षात आणले गेले. ही दृष्टी काळाच्या पुढे होती. बाईंनी सर्व पारंपरिक बंधने झुगारून दिली. मुलींनाही मुलांच्या बरोबरीने शिकविले.

बाई-आबांच्या या वैचारिक क्रांतीला सुदैवाने राजर्षी शाहू महाराज, तसेच कर्मवीर अण्णा यांच्या सहवासाची जोड मिळाली. बाईंचे बालपण अतिशय पुरोगामी विचारांच्या कोल्हापूरमध्ये गेले, तर पुढे कर्मवीर अण्णांच्या शैक्षणिक चळवळीत बाई-आबांनी सहकार्य केले.

एके दिवशी सायंकाळी कर्मवीर अण्णा निवांत असताना, अप्पासाहेबांनी त्यांना सहजच विचारले, ''तुम्ही इथे कोणत्या कामाकरिता आलेले आहात?'' तेव्हा कर्मवीर म्हणाले, ''माझ्या संस्थेमध्ये सुमारे चाळीस हजार विद्यार्थी-विद्यार्थिनी फुकट शिकतात. म्हणजे जेवून-खाऊन तिथेच राहतात.'' अप्पासाहेब म्हणाले, ''आणि मग पैसे?'' ''त्याकरिताच पैसे मिळविण्यासाठी मला असे करावे लागते. सतत झोळी घेऊन फिरत असतो. आतादेखील आबांनी मला पत्र लिहिले आणि कळवले, की गावात काही श्रीमंत शेतकरी, बागायतदार आहेत, त्यांना तुमच्याविषयी आदर आहे. मी आणखी काही शेतकरी, व्यापारी यांची गाठ घालून देतो.'' आबांनी कळविल्याप्रमाणे भाऊराव पैशांची मदत मागण्याकरिता आले होते. त्या काळी ब्रिटिशांची सत्ता असल्याने शाळांना अनुदान वगैरे मिळत नसे; पण शिक्षणाविषयीच्या प्रेमापोटी ज्या प्रचंड तळमळीने, त्यांनी महत्कार्य केले आहे, ते खरोखरीच जगावेगळे होय! कर्मवीर अण्णांच्या शाळेमध्ये अठरापगड जातींची मुले एकत्र राहत, काम करीत आणि शिकत. तेव्हा जातीभेद, अस्पृश्यता तीव्र होती. ब्राह्मण-ब्राह्मणेतर वाद पराकोटीला पोचला होता; पण भाऊरावांनी जातीपातीच्या भिंती नष्ट करण्याचे मोठे कार्य केले. भाऊरावांच्या आधीही शैक्षणिक, सामाजिक क्षेत्रात कार्य करणारे थोर पुरुष होऊन गेले; पण त्यांना जातीच्या भिंती पूर्णतः नष्ट करता आल्या नाहीत. भाऊरावांच्या या आचार-विचारांचा बाई-आबांवर विलक्षण प्रभाव होता. बाई-आबा स्वतः शिक्षित, वाचनाची आणि जनसंपर्काची आवड,

त्यामुळे मुलांसाठी काय केले पाहिजे, काय महत्त्वाचे आहे, याची दोघांनाही जाणीव होती. बाई लोकल बोर्डात सदस्य होत्या, त्यामुळे बरोबरच्या बाकी मंडळींची शिकलेली मुले त्या पाहत होत्या. बाईंनी मुलांच्या शिक्षणासाठी ऐपत नसताना खर्च केला, प्रसंगी दागिने विकले, जमीन विकली; पण शिक्षणाचा खर्च कमी केला नाही.

'एक तीळ सात जणांत वाटून खाऊ, पण आहे तिथेच राहू,' ही परंपरागत मनोभूमिका बाई-आबांनी मोडीत काढली. त्याबरोबरच मुलांना ताकीद दिली, "व्यवसाय किंवा नोकरी या भविष्यातील गोष्टींसाठी मात्र आमच्याकडे आशाळभूतपणे पाहायचे नाही, की काहीही अपेक्षा ठेवायची नाही. शेतीची देखील अपेक्षा ठेवायची नाही, शिक्षणासाठी मात्र लागेल तेवढा पैसा देऊ. पैशाची काळजी नको. शिक्षण महत्त्वाचे आहे." त्यामुळे सर्व मुले उच्चशिक्षित पदवीधर, द्विपदवीधर झाली. शेवटी, शेतीत लक्ष घाला, असे एका मुलाला सांगण्याची वेळ आली. मुलांना त्यांनी साताऱ्याला, बडोद्याला, पुण्याला, पिलानीला ठेवून शिकवले. दोघांना तर लंडनला पाठवले. मुलांना परगावात, परदेशी पाठवून शिक्षण देण्याची कल्पनाही करणे अशक्य, असा तो काळ; परंतु काळोखातून चंद्रकोर प्रकट व्हावी, कलेकलेने ती वाढत राहावी व तमाम सृष्टीने पौर्णिमा अनुभवावी, या पद्धतीने हे अघटित प्रत्यक्षात घडले. हे सर्व त्यांनी केवळ स्वतःच्या प्रगल्भ विचारसरणीतून घडवले. आजूबाजूचे लोक काय म्हणताहेत, याचा विचार त्या दांपत्याने बाजूला ठेवला.

एकदा आबांचे एक सदिच्छक त्यांना म्हणाले, "अहो गोविंदराव, तुम्ही ही धडपड करता आहात, त्यामध्ये दोन गोष्टी करा. शेतावरील उत्पन्न वाढवा. त्यासाठी तुमच्या मुलांना तिथे कामाला लावा. त्यांच्या शिक्षणाचा खर्च करण्यापेक्षा, उत्पन्न वाढवून अधिक शेती घ्या. शिकवून

काय मोठे त्यांना कारकून करणार आहात?''

त्यावर आबा उत्तरले, ''एक वेळ उपाशी राहू; पण मुलांच्याच नव्हे तर मुलींच्याही शिक्षणाबद्दल आम्ही उभयतां हयगय करणार नाही. आम्ही घेतलेल्या निर्णयामुळे मुलांचे भविष्य काय असेल, ते काळच ठरवेल.'' आबांच्या या भूमिकेचा परिणाम म्हणजे वसंतरावांनी वयाच्या तिसऱ्या वर्षी मामाला पत्र लिहिले.

कर्मवीर अण्णांच्या वसतिगृहात अठरापगड जातींची मुले एकत्र राहत. वसतिगृहातील सगळी कामे करीत. जळणासाठी सरपण फोडणे, भांडी घासणे, धान्य निवडणे, दोन्ही वेळचा स्वयंपाक करणे, जेवायला वाढणे, अशी सर्व कामे त्यांना स्वतःच करावी लागत. हे ऐकून अप्पासाहेबांचे मन भारावून गेले. अप्पासाहेबांनी बाईंपुढे हट्ट केला, ''मलाही याच शाळेत जायचंय.'' कर्मवीर अण्णांच्या 'कमवा व स्वावलंबी व्हा' या दृष्टीचा पगडा बाई-आबांवरही असल्याने, आबा म्हणाले, ''एवढे म्हणतोय जायचं, तर मग जाऊ दे!'' अशा रीतीने अप्पासाहेब, अनंतराव आणि चुलतबंधू शंकरराव तिथे मॅट्रिकपर्यंत शिकले. मीनाताई, नीलाताई महाविद्यालयीन शिक्षणासाठी तिथे होत्या.

या वेळी बारामतीतील रयत शिक्षण संस्थेच्या शाहू हायस्कूलमध्ये शरदरावांना घातले होते. शरदरावांचे अभ्यासाव्यतिरिक्त इतर गोष्टींत फार लक्ष असे. विविध कार्यक्रमांत ते भाग घेत. भाषण करताना पुढचा मुद्दा आठवला नाही, तरी प्रसंगाला अनुसरून स्वतःची वाक्ये बोलून ते भाषण पूर्ण करीत. त्यांच्या बोलण्यात मुद्देसूदपणा व थोडी विनोदाची झाक असे. मित्रांचा समूह करून फिरावयास जाणे, पोहण्यास जाणे, शाळेच्या सहलीत सामील होणे, या त्यांच्या आवडीच्या गोष्टी. इथेही नेतृत्व त्यांचेच. अभ्यासाशिवाय इतर उद्योगांत जास्त लक्ष लागल्याने एका वर्षासाठी बाईंनी त्यांची प्रवरानगरला पाठवणी केली. अप्पासाहेब

प्रवरानगरच्या कारखान्यात शेतकी अधिकारी म्हणून नोकरीस होते. रयत शिक्षण संस्थेतून मॅट्रिक झाल्यानंतर अप्पासाहेबांनी पुण्याच्या 'कॉलेज ऑफ ॲग्रिकल्चर'मधून बी.एस्सी. (ॲग्रि.) ही पदवी प्राप्त केली. नंतर ते प्रवरानगरच्या कारखान्यात नोकरीस लागले. शरदरावांनी तिथेही अनेकांशी मैत्रीचे संबंध प्रस्थापित केले. ही शाळा पण रयत शिक्षण संस्थेचीच होती. शरदराव जेव्हा या शाळेत होते, त्या वर्षी गोवा मुक्तीची चळवळ सुरू झाली. गोव्यामध्ये पोर्तुगीजांनी सत्याग्रह्यांवर केलेल्या गोळीबारात हिरवे गुरुजींचा मृत्यू झाला. या कारणास्तव शाळकरी मुलांनी शाळा बंद पाडली, शरदरावांच्या नेतृत्वाखाली! मुलांचा मोर्चा घेऊन शरदराव साखर कारखान्यावर गेले. कारखान्याचे चेअरमन पद्मश्री विठ्ठलराव विखे-पाटील होते. सर्व मुले त्यांच्यासमोर गेली आणि कारखाना बंद करण्याचा आग्रह धरू लागली. तेव्हा विखे-पाटलांनी शरदरावांना प्रश्न विचारला, ''कारखाना कशासाठी बंद करायचा?'' शरदरावांनी सांगितले, ''गोळीबाराचा निषेध म्हणून बंद पाळायचा, गोवा भारताला मिळाला पाहिजे म्हणून बंद पुकारायचा.''

त्यावर विखे-पाटील म्हणाले, ''गोवा मिळत असेल, तर मी कारखाना कायमचा बंद ठेवायला तयार आहे; पण कारखाना बंद ठेवून गोवा मिळणार कसा?''

शरदरावांना मात्र या प्रश्नाचे उत्तर देता आले नाही; पण हे सर्व कानी आल्यावर बाईंनी त्यांना परत बारामतीला आणायचे ठरवले.दहावी-अकरावीला ते बारामतीलाच होते. त्यानंतर त्यांनी पुण्याच्या बृहन्महाराष्ट्र कॉमर्स कॉलेजमध्ये प्रवेश घेतला. कॉलेजमध्येही स्नेहसंमेलने, सहली, नाट्यस्पर्धा, आंतरमहाविद्यालयीन स्पर्धा, त्याचबरोबर क्रीडा स्पर्धांचीही जबाबदारी शरदरावांकडे असायची.

कोणत्याही देशाचा विकास हा त्या देशाच्या लांबी-रुंदीवर किंवा

लोकसंख्येवर अवलंबून नसतो, तर त्या देशातील विचारवंतांवर, कृतिशील नागरिकांवर अवलंबून असतो. मुलांना दिलेल्या शिक्षणावर राष्ट्राची प्रगती आणि उत्कर्ष अवलंबून आहे. महाराष्ट्रापुरता विचार करायचा, तर महाराष्ट्राच्या एका खेड्यामध्ये राहून शारदाबाईंसारख्या विदुषीने या देशाला हिमालयाच्या उंचीशी स्पर्धा करणारी मुले दिली; पण आबांच्या मात्र शिक्षणविषयक काही कल्पना होत्या. 'शरदराव कॉलेजच्या शेवटच्या वर्षाला असताना त्यांची 'वर्ल्ड यूथ फोरम'साठी भारताचा प्रतिनिधी म्हणून निवड झाली. त्याचे ठिकाण इजिप्तमधील कैरो येथे होते. शरदरावांनी बाई-आबांकडे तिकडे जाण्याची परवानगी मागितली; पण त्यामुळे शिक्षण एखादे वर्ष लांबेल, अशी शक्यता बोलून दाखवली. आबा रागावले आणि म्हणाले "आधी बी.कॉम्. एलएल.बी. हो आणि मग काय उद्योग करायचे ते कर." पण एव्हाना बाईंना शरदरावांमधील नेतृत्वगुणांची, बुद्धिमत्तेची, कर्तबगारीची खात्री पटली होती. त्या स्वतः वेळोवेळी कॉलेजमध्ये येऊन शरदरावांच्या अभ्यासावर, इतर धडपडींवर लक्ष ठेवीत असत, त्यामुळे 'शरदचा वेळ हा विधायक कामांसाठीच जातो,' याबद्दल त्या ठाम होत्या. पुढे त्यांनी राजकीय क्षेत्रात आपले नशीब अजमावावे, असेही बाईंना वाटू लागले, त्यामुळे शरदरावांना कैरोला जाण्यासाठी त्यांनी मोकळ्या मनाने परवानगी दिली. त्यासाठी अगोदर आबांची समजूत काढली. मिळालेल्या संधीचा सदुपयोग करून परदेशात आपल्या देशाची मान उंचावेल, अशा पद्धतीने वागण्याचा सल्ला शरदरावांना दिला. 'वर्ल्ड यूथ फोरम'मधील शरदरावांचे भाषण जपानमधील रेडिओवरून प्रसारित झाले होते. त्या जागतिक युवक मंचावर शरदरावांना 'सर्वांत लोकप्रिय तरुण' असा सन्मान मिळाला होता.

खेड्यात राहिलेल्या बाई-आबांची वैचारिक श्रीमंती ही धनराशीपेक्षा

अनमोल आहे. मुळातच माणसाचे मन हे सतत विचारप्रवण असते. सुविचार माणसाला घडवतात, तसेच अविचाराने माणसे बिघडतात. विचारांमधील प्रगल्भता सुसंस्कारांनी निर्माण होते. उत्तम शिक्षण, आरोग्य व आई-वडील, गुरुजन यांच्या आचार-विचारांतूनच पुढे सुसंस्कारांची व सुविचारांची दिशा ठरते. अविचारी मन क्षुद्रच रहाते. मनाची शक्ती सुविचारांतूनच प्रभावी बनत जाते. या सुविचारांमधील शक्तीला कष्टाची, प्रामाणिकपणाची, सभ्यतेची जोड द्यायची असते, हे बाईंनी स्वतःच्या कृतीतून, उक्तीतून मुलांपुढे मांडले. वागण्या-बोलण्याच्या शुद्धतेला, सुशिक्षितपणाला शिक्षणामुळे पाया मिळतो, व्यापकता येते, ही सुविचारशक्तीच इथे इतर कोणत्याही गोष्टींपेक्षा निश्चितपणे प्रभावी ठरली.

* * *

११

अश्रू येणे म्हणजे बाईंच्या दृष्टीने दुबळेपणा! रडत रडत जगलेले त्यांना आवडत नसे. कोणत्याही संकटाला धैर्याने सामोरे जायलाच पाहिजे, असा त्यांचा कटाक्ष असे. त्या म्हणत, ''मुलामुलांत भांडण किंवा मारामारी झाली, तर रडगाणे घेऊन माझ्याकडे यायचे नाही. बाहेरची भांडणे बाहेरच मिटवून, चोप देऊनच घरी यायचे.कोणी रडत रडत घरी आले, तर रडणाऱ्यालाच मी बदडीन!'' आणि खरोखरीच व्हायचेही तसेच. खेळताना सुद्धा कोणी पडले, गुडघे फुटले, हाता-पायाला कुठे लागले, तरी बाईंकडे मात्र कोणी जात नसत, गुपचूप मलमपट्टी करून रिकामे होत.

बाईंपर्यंत अशा गोष्टा सहसा पोचत नसत. बाईंच्या नातवडांमध्येही कधी मारामारी झाली, तरी कोणीही बाईंकडे जात नसे, कारण सांगणाऱ्यालाच मार बसण्याची शक्यता अधिक. नाहीतर अंगठे धरून उभे राहण्याची शिक्षा असायची. मग घरात कोणी पाहुणे आले, तरी त्यांच्यासमोरही तसेच उभे राहावे लागे. बाई सांगेपर्यंत जागेवरून हलता येत नसे, त्यामुळे नातवंडे खेळत असू देत, नाही तर भांडत असू देत; पण बाईंची कुबडी वाजली, की सर्व आपापल्या जागेवर चिडीचूप! त्यातूनही एखाद्याचे भांडण बाईंपर्यंत गेले, तर बाई अतिशय व्यवस्थितपणे मुलांना त्यांच्या चुका समजावून देत. भांडणाची प्रवृत्ती मुलांमध्ये का निर्माण झाली, हे त्या प्रथम पाहत. प्रत्येकाला विचार पटवून देताना, त्याच्या कलाने घेत त्याची चूक लक्षात आणून देण्याची नैसर्गिक हातोटी बाईंजवळ होती, त्यामुळे त्यांचा नैतिक दरारा वाटे. समजावून सांगण्याची, पटवून देण्याची त्यांची पात्रता, कुवत खूप मोठी होती. सर्वांसमोर त्या कोणालाही मारत नसत. कोणाशी कसे, कधी गोड बोलायचे, तर कोणाला कधी रागवायचे, याचे त्यांचेकडे एक वेगळेच तंत्र होते.

बाईंनी मुलांना नकार पचविण्याची ताकद दिली. हवी ती गोष्ट हव्या त्या वेळी कसेही करून उपलब्ध झालीच पाहिजे, हा अट्टहास बाईंकडेच नव्हता, तर मुलांमध्ये कसा असणार? बाईंचाच स्वभाव मुळात काटकसरी. मुले लहान असताना, त्यांना दोनच ड्रेस दिले जात. शरदरावांसारख्या मुलाच्या पँटला मात्र आतून-बाहेरून कापड असे, त्यामुळे वरून कापड फाटले, तरी चालत असे.

प्रतापरावांनी सांगितलेली या संदर्भातील आठवण अशी : शाळेत असताना, सर्व मुलांमध्ये अभ्यासात, खेळात ते हुशार होते. शाळेत चांगले कपडे घालून व्यवस्थित जावे, ही त्यांची इच्छा असे. त्या वेळी घरातील सर्व व्यवहार मोठ्या वहिनी शीलाताई पाहत. बाई शेतावर असायच्या. प्रतापरावांना शर्टाचे एक कापड आवडले; पण ते थोडे महाग होते. त्यांना आवडलेल्या कापडासाठी पैसे कमी पडत होते. त्यांनी शीलाताईंच्या मागे लागून दहा-बारा रुपये जास्तीचे मिळवले आणि कापड आणले. त्यांच्या खुलाशावर बाई उत्तरल्या, ''तुझ्या कपड्यांवर तुझी लायकी ठरणार आहे का? गेली अनेक वर्षे मी खादीची किंवा गुळाच्या ढेपेसाठी आणलेल्या मांजरपाटाच्या कापडाची पोलकी वापरत आहे, त्यामुळे माझ्या गुणवत्तेत काही फरक पडला आहे का? जे परवडत नाही, ते उधाऱ्या-उसनवाऱ्या करून मिळवणे सर्वस्वी अयोग्य आहे. याऐवजी काटकसर करून दोन रुपये वाचविले असते, तर बरे वाटले असते.''

बाईंना वाटे, जीवनाच्या अथांग आकाशात भ्रमन्ती करण्याअगोदर मुलांची मनेदेखील निरोगी, सकस असली पाहिजेत. त्यांना हसतमुखाने सृष्टीव्यापाराचे निरीक्षण करता आले पाहिजे. त्यासाठी मुलांनी ज्ञानाची पूजा करावी, स्वतःच्या कष्टावर जगावे, सद्सद्विवेक बुद्धीला स्मरून निर्णय घ्यावेत व स्वतःच्या भाग्याचे स्वतःच शिल्पकार बनावे. तत्त्वज्ञ

म्हणतात, 'मेन आर नॉट बॉर्न; बट् दे आर मेड.' माणसातील माणूसपण सुसंस्कारांनी घडवावे लागते. जमिनीवर माती असतेच; पण त्यात शेती पिकवावी लागते. दगड तसेच पडून असतात, त्यांतून मूर्ती आपल्याला घडवावी लागते.

अनंतराव शाळेत जात असतानाची गोष्ट. शाळेने अचानकच नियम केला, की उद्यापासून पांढऱ्या चड्डीऐवजी निळी चड्डी घालून शाळेत यायचे; पण तोपर्यंत घरी कपडे शिवून झाले होते. शिक्षकांनी अनंतरावांना सांगितले, 'पांढरी नाही, तर निळीच चड्डी घालून यायची.' अनंतरावानी तसे घरी येऊन सांगितले. बाईंनी बादलीत थोडे पाणी घेतले, त्यात शाईची दौत ओतली. पांढरी चड्डी बुडवली. चड्डीला निळसर रंग आला. तीच घालून त्यांना बाईंनी शाळेत पाठविले. शाळेतल्या शिक्षकाला बाईंचा स्वभाव माहिती असल्याने, त्यांनी या कशालाही आक्षेप घेतला नाही. बाईंना यातून संदेश द्यायचा होता, की शाळेच्या नियमातील बदल अगोदरच कळवायला हवेत.

बाईंचे बोलणे म्हणजे वेदवाक्य! त्या जे बोलतील, ते खरे असायचे. एकदा प्रतापरावांना बाई म्हणाल्या, "मी बारामतीला चालले आहे, माझे एक-दोन तासांचे काम झाले, की पुन्हा काटेवाडीच्या शेतावर परतायचे आहे. तूही बरोबर चल."

प्रतापराव, थोरली बहीण व बाई बारामतीला आले. घरात काय करायचे म्हणून ते थोडावेळ शेजारी खेळायला गेले. इकडे बाईंचे काम संपले. दिवेलागणीच्या अगोदर शेतावर पोचायचे असल्याने थोडी शोधाशोध करून प्रतापरावांना न घेताच त्यांनी काटेवाडी गाठली. घरी आल्यानंतर ही गोष्ट त्यांच्या लक्षात आली आणि रागही आला. जिद्दी स्वभावाच्या प्रतापरावांनी चालत काटेवाडीला जाण्याचा निर्णय घेतला आणि रस्त्यातील अडचणींवर मात करीत, मजल-दरमजल करीत

रात्रीच्या वेळी काटेवाडी गाठली. तिथे पोचल्यानंतर मात्र बाई आता आपल्याला शिक्षा करतील की काय, अशी भीती वाटली म्हणून ते लांबच उभे राहिले. बाईंच्या ध्यानात आल्यानंतर, त्यांनी त्यांना बोलावून घेतले. मग मात्र ते निर्धास्त झाले, की आता आपल्याला मार मिळणार नाही.

बाईंचे बोलणे आणि वागणे, उक्ती आणि कृती एकच असत. त्यांचे बोलणे मुलांना नेहमीच प्रेरणादायी, स्फूर्तिदायी, मनावर खोलवर परिणाम करणारे ठरले. बाईंचे बोलणे वरवरची मलमपट्टी करणारे नक्कीच नव्हते.

बाई जेवढ्या ममतेने ओतप्रोत भरलेल्या होत्या, तेवढ्याच किंबहुना जास्तच कठोर आणि शिस्तप्रियही होत्या. विशेषतः शिक्षणाच्या बाबतीत. अनंतराव अतिशय बुद्धिमान. रयत शिक्षण संस्थेतून मॅट्रिकपर्यंतचे शिक्षण पूर्ण केल्यानंतर, त्यांनी पुण्याच्या फर्ग्युसन महाविद्यालयात प्रवेश घेतला. पहिल्याच दिवशी कशावरून तरी त्यांचा व प्राचार्यांचा खटका उडाला. त्यावरून एवढ्या हुशार विद्यार्थ्याला महाविद्यालयातून काढून टाकण्यात आले. बाईंना अर्थातच हे अजिबात आवडले नाही. वास्तविक अनंतरावांनी काही तत्त्वासाठी ही भूमिका घेतली होती; पण बाईंनी त्यांना घराबाहेर काढून दिले.

जीवनाविषयी कोणताही वैचारिक निर्णय न घेणे बाईंना मान्य नव्हते. प्राप्त होणारी चाकोरी घाण्याच्या बैलाप्रमाणे मख्खपणे तुडवीत राहणे, ही बाईंच्या दृष्टीने आत्मवंचना होती.

शरदराव, प्रतापराव व धाकट्या बहिणी मीना आणि नीला ही भावंडे बारामतीत शाळेत असताना, थोरली भावंडे शाळा-कॉलेजच्या शिक्षणासाठी घराबाहेर पडलेली होती. थोरले बंधू वसंतराव बी. कॉम.साठी बडोद्याला होते. नंतर ते एलएल.बी.साठी पुण्यात आले. बाकी भावंडे माधवराव, बाळासाहेब, अप्पासाहेब, अनंतराव पुण्यात

भावे प्रशालेमध्ये शिकत होती. या सर्वांची खाणावळीत जेवणाची व्यवस्था करण्याची किंवा सर्वांना वसतिगृहात ठेवण्याची बाईंची तेव्हा ऐपत नव्हती; पण डगमगतील त्या बाई कसल्या? या सर्वांना राहण्यासाठी शुक्रवार पेठेतील दहा बाय दहाची एक खोली त्यांनी भाड्याने घेतली. या खोलीत सर्व जण एकत्र राहत. बाई त्या वेळी काटेवाडी येथे शेतावर राहत होत्या. तेथून या सर्वांना त्या डबा पाठवू लागल्या. त्यासाठी त्या पहाटे साडेतीन वाजता उठत, सहा मुलांना दोन वेळचा पुरेल एवढा स्वयंपाक करीत. ते जेवण डब्यात घालून घेत. टांगा जुंपत व सहा मैल अंतरावरच्या बारामतीच्या स्टँडवर डबा आणून देत. तो डबा सकाळच्या एस टी ने पुण्याला येत असे. एस टी ने डबा पोचवायची पद्धत बाईंनीच सुरू केली. हे जेवण ज्या वेळी पुण्याला पोचत असे, त्या वेळी ही मुले शाळा-कॉलेजमध्ये गेलेली असायची. संध्याकाळी कॉलेज संपल्यानंतरच या मुलांपैकी कोणीतरी ते जेवण खोलीवर आणीत असे. भल्या पहाटे तयार केलेले ते जेवण ही मुले रात्रीच्या वेळी गरम करून खात आणि त्यातील काही भाग दुसऱ्या दिवशी सकाळी खाण्यासाठी ठेवून देत. कधी अन्न खराब व्हायचे म्हणून उपवासही घडत असे; पण त्याबद्दल कधीही कोणीही तक्रार केली नाही. सकाळी-संध्याकाळी दोन्ही वेळा शिळे जेवण पचवून या मुलांनी अभ्यास केला. त्यांचे खरोखरी कौतुक तर आहेच. मुलांनी शिकलं पाहिजे, ही बाईंची इच्छा त्यांनी जीवनध्येय बनविली. बाईंच्या मनाला आणि मतांना आदराने स्वीकारले आणि त्यांच्यासाठी बाईंनीही ऊन, वारा, पावसाची तमा न बाळगता नियमितपणे डबा पोचवला. मुलांच्या विद्याभ्यासासाठी बाईंना जे अपरंपार कष्ट उपसावे लागले, ते अवर्णनीय आहेत. आई-मुलांच्या नात्यातील आंतरिक जिव्हाळ्याचे सुखद दर्शन इथे होते.

“जीवनाशी सुंदर नाते जोडायचे, नवनिर्मितीचा ध्यास घ्यायचा, त्यातील आनंद अनुभवायचा, तर मनाची सृजनशीलताही जाणली, जपली पाहिजे आणि तरच जगण्यातले सुख अनुभवणे शक्य आहे; पण सुखाच्या मागे लागण्याअगोदर सुखी जीवनाकडे जाणारा जो मार्ग आहे, जी वाट आहे, ती चुकवून किंवा विसरून कसे चालेल?” असे त्या म्हणत.

* * *

१२

हे सर्व जरी असले, तरी बाईंचे मुला-मुलींच्या मैदानी खेळाकडे व आरोग्याकडे विशेष लक्ष असे. बाई मुलांना खेळामध्ये विशेष प्रावीण्य मिळवायला सांगताना, मुलींनादेखील स्पर्धात्मक खेळात भाग घेण्यासाठी प्रवृत्त करीत. तत्कालीन सामाजिक स्थितीत मुलींना घराबाहेरही पडण्याचे स्वातंत्र्य नव्हते, मग शिक्षण तर खूप दूरची गोष्ट. अशा काळात स्वतःच्या मुलींना खेळ, शिक्षण, व्यावहारिक ज्ञान या जीवनातील मूलभूत व आवश्यक गोष्टींची जाणीव बाईंनी करून दिली. सर्व भावंडे, भावांचे मित्र एकत्र येऊन कबड्डीसारखे खेळ खेळत. पुढे ताई, माई या थोरल्या बहिणींनी शालेय, महाविद्यालयीन जीवनात मैदाने गाजवली. आपली मुले कोणते खेळ खेळताहेत, कोणाबरोबर खेळताहेत यावरही त्यांचे बारकाईने लक्ष असे. सर्व जाती-धर्माच्या मुलांबरोबर खेळ खेळले पाहिजेत, हे त्यांचे सांगणे. प्रतापराव याबद्दल आठवण सांगतात : एकदा हुतुतूच्या स्पर्धेसाठी तीन ते चार महिने ते घराच्या अंगणामध्ये सराव करीत होते. बाईंनी विचारले, ''अरे, तुझे काही मित्र दिसत नाहीत, हे योग्य नाही. तुमच्याबरोबर सर्व जाती-धर्मांची मुले खेळली पाहिजेत; पण ब्राह्मण मित्रांमुळे स्पर्धेचे वातावरण तुमच्याभोवती राहील. ब्राह्मण मित्रांमुळे भाषा तर शुद्ध राहतेच; पण त्यांच्याकडे शिक्षणाची परंपरा आहे. त्यांच्यात शिस्त, काटकसर, अभ्यासूवृत्ती असते,'' असे त्या म्हणत. भाषा शुद्ध असण्यावर आबा-बाई दोघांचाही फार कटाक्ष असे. अशुद्ध भाषा बोलली गेली, तर शिक्षा होत असे. मुलांनी उलट बोललेले बाईंना मुळीच खपत नसे. एकदा एक मुलगा बाईंनाच काही तरी उलटे बोलला. बाईंनी त्याचे हात-पाय बांधून तासभर कोपऱ्यात उभे करून ठेवले.

मुले-मुली मिळून सूरपारंब्या, हुतूतू, पोहणे, झाडावर चढणे, पतंग उडवणे, गोट्या खेळणे असे सर्व खेळ खेळत. बाई मुलींना स्पर्धात्मक

खेळांसाठी एकटीला बाहेरगावी पाठवीत, त्यामुळे मुलींमध्ये धाडस निर्माण झाले. जबाबदारीची कधीही भीती वाटली नाही. आबांना, अप्पासाहेबांना तालमीचा खूप नाद. ते पहाटे चारला उठून जोर-बैठका काढीत. त्यांच्याकडून प्रतापरावही कुस्तीचे धडे घेत. अप्पासाहेब आजूबाजूच्या लहान-मोठ्या मुलांना व्यायामाचे, कुस्तीचे धडे देत. शरदरावही उत्तम खेळाडू म्हणून प्रसिद्ध आहेत. लहान असताना उंच उडी, लांब उडी, धावणे, खो-खो, अडथळ्याची शर्यत यांत ते सहज विजयी होत. कॉलेजमध्ये कबड्डी, फुटबॉल या खेळांत भाग घेत. क्रीडाप्रेमी, क्रीडासंघटक म्हणून ते प्रसिद्ध आहेत.

बाईंना क्रिकेटचे अतिशय वेड होते. एकदा मद्रासला जाऊन त्यांनी क्रिकेटचा सामना बघितला होता. बाई स्वतःही बैठे खेळ खेळण्यात तरबेज होत्या. त्या पत्ते, कॅरम, गजगे खेळायच्या. रजनी, विजया, नीता या नातींबरोबर त्या खेळत असत; पण त्यांना कधीही हार पत्करणे पसंत नसे, त्यामुळे जिंकेपर्यंत त्या खेळत राहायच्या. नातींना कितीही कंटाळा आला, तरी खेळायला सांगायच्या. त्या जिंकल्यावरच उठायच्या, तोपर्यंत खेळायच्या. पुणे जिल्हा लोकल बोर्डामध्ये सदस्य असतानादेखील खेळांबद्दलचे बाईंचे प्रेम दिसून येते. १९४९मध्ये पुणे येथे भरलेल्या अखिल महाराष्ट्र व अखिल भारतीय शारीरिक शिक्षण परिषदेला वर्गणी गोळा करून आर्थिक मदत देण्यामध्ये बाईंचा पुढाकार होता.

मुलांचा कोणी मित्र खेळायला आला नाही, की बाई त्याची चौकशी करीत, की तो का आला नाही खेळायला? कोणी आजारी असेल, तर बाई विचारणा करीत, की त्याची अभ्यासाची अडचण दूर केली की नाही? तसे झाले नसेल, तर बाई कडकपणे विचारीत, "तुम्ही फक्त स्वतःपुरताच कसा काय विचार करू शकता?"

खेळांबरोबरच सामाजिक जाणिवेचेही बाळकडू असे अगदी लहानपणापासून मुलांना मिळत गेले. मुलांचे मित्र कोण आहेत? मुलांकडे कोण येते-जाते. त्यांच्याबद्दलची बारीकसारीक माहिती, त्यांच्या घरातील वातावरण, संस्कार यांवर बाईंचे बारकाईने लक्ष असे. मित्रांच्या सवयींचे त्या निरीक्षण करीत. मुलांचे मित्र कोण असावेत, कसे असावेत याबद्दलचे सल्ले त्या मुलांना देत असत. शेजारही चांगलाच असावा, यावर त्यांचा कटाक्ष असे. इतकेच काय, या मित्रांवरही त्या चांगले संस्कार करीत. सर्वांनी चांगले शिकले पाहिजे, याबद्दल त्या आग्रह धरीत असत, त्यामुळे बाई-आबा केवळ आपल्याच मुला-मुलींच्या शिक्षणामध्ये गुंतून पडले नाहीत, तर अनेक गुणी, परंतु आर्थिकदृष्ट्या गरीब परिस्थितीतील मुलांच्या शिक्षणाला हातभार लावण्याचा एक भाग म्हणून आपल्या मुलांची जुनी पुस्तके व शैक्षणिक साहित्यही इतरांना देत असत. काही मुलांना त्यांनी स्वतःच्या घरी ठेवून शिकवले, तर काही जण त्यांच्याकडे वार लावून जेवायला येत. या मुलांच्या अभ्यासाकडेही बाईंचे लक्ष असे. या मुलांपैकी एक जण बी.कॉम. होऊन त्या काळात एका जिल्हा मध्यवर्ती सहकारी बँकेत जनरल मॅनेजर म्हणून नियुक्त झालेला होता.

बाईंच्या कडक शिस्तीत तयार झालेल्या त्यांच्या मुलांची साधी राहणी, जमिनीवरून चालणे पाहून आणि आताच्या शैक्षणिक संस्कारांतून बाहेर पडलेल्या पिढीच्या आचार-विचारांकडे पाहून वाटते, शिक्षण, सुधारणा आणि संस्कृती यांचा ताळमेळ कुठेतरी चुकलेला आहे. शिक्षणामुळे माणसे सुधारली नाहीत, तर त्यांना संसुस्कारित कसे मानायचे आणि ती सुसंस्कारित नसतील, तर सुधारलेली कसे मानायचे?

* * *

१३

विरोधक किती जोमदार असू शकतात, याचा जबरदस्त फटका पवार कुटुंबाने खूप अगोदरच पचवला आहे. नीरा कॅनॉल्स सोसायट्यांचा खरेदी-विक्री संघ स्वातंत्र्यपूर्व काळातच अस्तित्वात आलेला होता. छोट्या कामापासून सुरवात करून साधारणपणे १९४०पर्यंत आबा संघाच्या मॅनेजिंग डायरेक्टरपदापर्यंत पोचले होते. स्वातंत्र्यप्राप्तीनंतर अशा प्रकारच्या सोसायट्या वाढाव्यात यासाठी सरकारचे विशेष प्रयत्न सुरू झाले; पण तत्कालीन स्थानिक पुढाऱ्यांची मनोवृत्ती पूर्णतः वेगळी होती. त्यांना व्यापारी पद्धतीने अशा संस्था स्थापण्याचे काम करायचे होते. बारामती, इंदापूरकडच्या स्थानिक पुढाऱ्यांना विकासापेक्षा दहशतीचे वातावरण निर्माण करण्यात जास्त रस असायचा. ते म्हणायचे, विकास केला म्हणजे लोकांच्या अपेक्षा वाढतात, आपली कटकट वाढते, त्यामुळे या काळात बारामतीचा विकास पूर्णतः थांबलेला होता. समाज आपल्याबरोबर राहील, अशा प्रकारे हे स्थानिक पुढारी वागले नाहीत. जे आपले ऐकतील, त्यांनाच त्यांनी हाताशी धरले. संघटनात्मक काम केले नाही. पैसा होता, तरीही सर्वसामान्यांची कामे केली नाहीत. बंगल्यात बसून राजकारण केले. दरम्यान, सोसायटीच्या निवडणुका जाहीर झाल्या. आबांच्या विरोधी बाजूचे पॅनेल लबाडी करून निवडून आले. विरोधकांच्या लबाडीमुळे आबांना प्रमुखपदाचा राजीनामा द्यावा लागला. विरोधकांनी आबांना धमकावले, 'दोन मुलांच्या डोक्यावर हात ठेवून शपथ घे, पुन्हा सहकार क्षेत्रात कधी दिसणार नाही.'

आबांसारखी सचोटीची, प्रामाणिक, तत्त्वनिष्ठ व्यक्ती त्यांना अधिकारी म्हणून नको होती. आबा त्यांना त्यांच्या कामात अडसर वाटू लागले. धमकावून का होईना; पण आबांना दूर करणे त्यांना सोईस्कर होते. आबा या धमकीला दबले. बारा मुलांचा संसार घेऊन कुठे जाणार? राजीनामा देऊन ते बाजूला झाले. विस्तव तर एकच असतो; पण तो

घर पेटविण्यासाठी वापरायचा, की स्वयंपाकासाठी वापरायचा, हे ज्याचे त्याने स्वतःच्या संस्कृतीप्रमाणे ठरवायचे असते.

नंतरच्या काळात त्यांनी स्वतःला शेतीच्या कामात गुंतवून घेतले. शेतीला जोडधंदा म्हणून त्यांनी गुऱ्हाळ चालू केले, तसेच 'गोविंदराव जिजाबा पवार आणि कंपनी' नावाचे अडत दुकान काढले आणि गुळाचा व्यापार चालू केला.

बारामती म्हटल्यावर बागायती शेती आणि त्यातून निर्माण झालेली सुबत्ता हेच चित्र डोळ्यांपुढे येते. तथापि, हे चित्र शंभर-सव्वाशे वर्षांपूर्वी अजिबातच खरे नव्हते. नीरा कालव्याचे पाणी मिळायला लागेपर्यंत बारामती तालुक्याचा परिसर जिरायती, कोरडवाहू किंवा खरे तर दुष्काळीच होता. या परिसराला तालुक्याचा दर्जादेखील नव्हता. भीमथडी तालुक्याचा एक पेटा एवढेच स्थान होते. ब्रिटिश काळात दुष्काळाने हैराण झालेल्या सुपे परिसरात शेतकऱ्यांनी सावकारांच्या विरोधात उठाव केले. त्याचे लोण आजूबाजूच्या परिसरात पसरले. लोकांनी केलेल्या या दंग्यांच्या चौकशीसाठी 'डेक्कन रायट्स कमिशन' नेमण्यात आले. या परिसरात तीनदा दुष्काळ आयोग नेमले गेले. त्या आयोगांनी केलेल्या शिफारशींतून पाटबंधारे योजना सुरू झाल्या. भाटघरचे जुने धरण आणि खडकवासला धरण ही त्यातील प्रारंभीची धरणे. पुढे नवे भाटघर धरण बांधले गेले. या धरणाचे पाणी नीरा कालव्यातून मिळू लागल्यावर परिस्थिती बदलली आणि बारामती परिसरात बागायत सुरू झाली. कालव्याच्या पाण्यामुळे विहिरींना पाणी लागले आणि उसाचे पीक बारमाही करणे परवडू लागले. बारामती परिसराला सुगीचे दिवस आले. चोहीकडे उसाचे मळे फुलू लागले, शेती बहरू लागली, सुजलाम् सुफलाम् झाली. उसापासून गूळ तयार होऊ लागला. त्या वेळेपासून बारामती गुळाची पेठ म्हणून ओळखली

जाऊ लागली. स्थानिक व्यापारी मंडळींचे गुळाच्या व्यापारात उखळ पांढरे झाले. बारामतीचा गूळ महाराष्ट्राखेरीज गुजरात, कर्नाटक इथेही जाऊ लागला होता. आबांनी गुऱ्हाळ चालू केले आणि जागतिक मंदीचे वारे जोराने वाहू लागले. दैवगती मोठी विचित्र असते, हेच खरे! नीरा कॅनॉल्स सहकारी संघातील कामात असताना त्यांनी पै-न्-पैचा व्यवहार काटेकोरपणे हाताळला; मात्र कृतिशील विचारवंतांच्या वैचारिक वाटचालीला पैशाचा आधार लागत नाही. उक्ती आणि कृती यांमध्ये सुसंगती साधण्यासाठी पैशाचे माध्यम वापरले जात नाही. या विचारवंतांकडून सचोटीच्या विचारांना अनुरूप असे आचारण घडवताना पैसा प्रामाण्य मानला जात नाही. असे प्रामाणिक व्यक्तिमत्त्व असूनही अपयश आबांची पाठ सोडत नव्हते. जागतिक मंदीने भारताचा साराच आर्थिक विकास खुंटला. त्यातच त्या वेळच्या परकीय सरकारचे धोरण भारताचा विकास होऊ देऊ नये, असेच होते. हा विकास ब्रिटनच्या तत्कालीन औद्योगिक विकासाला मारक ठरेल, असेच त्यांना वाटत असल्याने भारतीय धंद्यांना तत्कालीन सरकारने उत्तेजन दिले नाही, त्यामुळे गूळ व्यापाराला पूरक व्यावसायिक शेतमालाचे भाव घसरू लागले होतेच. पश्चिम महाराष्ट्रातील ऊस व कापूस ही पैसा देणारी पिके; पण भाव घसरल्यामुळे उसापासून गूळ बनविणे परवडेना. त्यात भर म्हणून की काय, नंतरच्या काही काळात तर संयुक्त प्रांतातील मुझफ्फरनगर, मीरत आदी भागांतून सुमारे दोन-अडीच हजार मण गूळ पुण्यात आल्यामुळे कोल्हापूर आणि पुण्याच्या आसपासच्या नीरा-बारामतीकडील गुळाच्या भावावर परिणाम झाला. एकंदरीतच धंदा सुरू ठेवावा, अशी परिस्थिती नव्हती. त्यातच स्थानिक गुजराती समाजाचे असहकार्य, बँकांचे धोरणात्मक असहकार्य, कारकुनांची लबाडी आणि भांडवलाचा अभाव या सर्व गोष्टींचे एकत्रीकरण म्हणजे आबांना धंद्यात

खोट आली; पण आबांनी हार मानली नाही. अनुभवासारखा दुसरा गुरू, मार्गदर्शक नाही, हे सत्यच होय.

आबांनी पुढे पिठाची गिरणीही सुरू केली होती. त्याचे पैसे येत; पण नंतर गिरणी चालविणाऱ्याच्या घरातील परिस्थितीत होणारा बदल व मिळणाऱ्या उत्पन्नातील घट हे चाणाक्ष बाईंच्या लक्षात यायला वेळ लागला नाही. मग ही गिरणीही बंद झाली.

तसे तर आबा मितभाषी. समोरच्याचे म्हणणे शांतपणे ऐकून घेणारे, त्यातून विषयाचा गाभा समजून घेऊन नेमके तेवढेच बोलणारे, असे होते. शरदरावांकडे हा गुण आबांकडून आल्याचे जाणवते. शरदरावही समोरच्याचे म्हणणे शांतपणे ऐकून घेतात. नेमके तेवढेच बोलतात. विरोधकांच्या टीकेला प्रत्युत्तर न करता शांत राहणेच पसंत करतात आणि दैनंदिन जीवनक्रमात व्यग्र राहतात. बाई कडक शिस्तीच्या होत्या, तर चारही मुलींचे आबा लाडके होते. आबा मनाने अतिशय हळवे आणि संवेदनशील होते. बाई रागावतील की काय, ही धास्ती मुलांच्या मनात कायम घर करून! त्यामुळे शाळेच्या प्रगतिपुस्तकावर बाईंच्या नकळत आबांची सही घेतली जाई. बाई घरात नाहीत ना, याची खातरजमा करून आबांकडून प्रगतिपुस्तकावरच्या सहीचा कार्यक्रम उरकून पळ काढला जाई.

* * *

१४

आबांच्या शेती व्यवसायातील कल्पकतेला बाईंच्या कष्टांची जोड सतत मिळत गेली. पहाटे चार वाजल्यापासून बाई-आबांचा दिवस सुरू होई. ते रात्रीपर्यंत फक्त काम आणि कामच करीत असत. बाई स्वतः काटेवाडीला टांगा घेऊन जाऊन शेती पाहू लागल्या. शेतात कांदे लावणे किंवा काढणे, खुरपणी करणे, खते टाकणे अशी कामे दिवसभर उभे राहून त्या करवून घेत असत. शेतमालावर अवलंबून असलेल्या उद्योगाची त्याचप्रमाणे जीवनावश्यक वस्तू पुरविणाऱ्या हस्तोद्योगाची व कुटिरोद्योगाची वाढ घडवून आणणे मोठ्या प्रमाणात आवश्यक आहे, हे शेती व्यवसायाचे सूत्र त्यांनी पूर्वीच ओळखले होते, त्यामुळेच व्यावसायिक व प्रापंचिक अशा सर्व अडचणींपासून सोडवणूक करण्यासाठी कुक्कुटपालन, पशुपालन, रेशीम उद्योग अशा उद्योगांची शेती व्यवसायाला जोड दिली. मोसंबी, द्राक्ष, केळीची बाग होती. आबांनी डेअरी सुरू केली होती. शेतात ऊस असे. उसावर गुऱ्हाळही त्यांनी सुरू केले होते. या सर्वांतून आलेल्या उत्पन्नातून, शेतातून आलेल्या उत्पन्नातून ते जमिनीला जमिनी जोडत गेले. टांगा घेऊन शेतावर जाण्याचे बाईंचे धाडस हा लोकांच्या कुतूहलाचा विषय होता. शेतातील कामे उरकून घरी परत येईपर्यंत काळोख होत असे. काटेवाडीवरून बारामतीला येणारा रस्ता तेव्हा सुरक्षित नव्हता. रस्त्यावर फारशी वाहनेही नसायची. अशाही परिस्थितीत शेतीची कामे करून बाई एकट्या परत येत असत. येताना एक ओढा लागत असे. तेथे बऱ्याचदा चोरटे लपलेले असत व ते वाटसरूंना लुबाडीत असत. बाईंना या गोष्टीची जाणीव असे.

एकदा बाई अशाच उशिरा शेतावरून घरी येण्यासाठी निघाल्या. रात्रीचा अंधार दाटत होता. ओढ्याजवळ येऊ लागताच चोरट्यांची हालचाल बाईंच्या लक्षात आली. बाईंकडे सोन्याचे मंगळसूत्र वगैरे

असे काही दागिने होते. चोरांना पाहून घाबरतील त्या बाई कसल्या? त्यांनी दागिने खुबीने लपविले. चोरट्यांनी बाईंचा टांगा अडवला, संपूर्ण टांग्याची झडती घेतली. काही सापडते आहे का, हे कसोशीने पाहून घेतले; पण चोरट्यांच्या हाती काही लागले नाही. घरी आल्यानंतर बाईंनी मुलांना घडलेला प्रकार सांगितला. मुलांना बाईंच्या धाडसाचे अर्थातच कौतुकच वाटले. नंतर बाईंनी सर्वांना विचारले, "सांगा बरे, मी मंगळसूत्र कोठे लपवले असेल ते?" कोणालाच अंदाज करता येईना. शेवटी बाईंनीच सांगितले, "केसांच्या अंबाड्यात! व डोक्यावरून पदर घेतला."

स्वातंत्र्यापूर्वीच्या शंभर वर्षांत भारतीय शेतीत फारशी काही सुधारणा झाली नाही. देशाच्या विस्ताराच्या मानाने सिंचनसोयी अतिशय अपुऱ्या होत्या. शेती मशागतीत काही सुधारणा झाली नसल्याने दर एकरी पीकवाढही फारशी झाली नाही. याउलट, दरसाल वाढणाऱ्या लोकसंख्येचा भार शेतीवर पडत होता. ब्रिटिश कारखान्यात तयार झालेल्या स्वस्त वस्तूंची आयात मोठ्या प्रमाणावर सुरू झाल्यामुळे, ग्रामीण कारागिरांच्या वस्तूंना कोणी विकत घेत नसे. जुन्या पारंपरिक कारागिरांचे धंदे साफ बसले. याचाही भार साहजिकच अप्रत्यक्षरीत्या शेतीवर पडला नि त्यामुळे शेतीवरच अवलंबून असणाऱ्या लोकसंख्येचे दारिद्र्य आणि कर्जबाजारीपणा आणखी वाढला. पारंपरिक शेती मात्र तशीच राहिली. शेतकऱ्यांना मुख्य काळजी असते, ती म्हणजे त्याच्या शेतातील पिकांना मिळणाऱ्या भावाबद्दलची.

त्या काळी शेतमालाच्या विक्रीसाठी नियंत्रित बाजारपेठा स्थापन झालेल्या नव्हत्या. एकंदरीत बाजारपेठेचे स्वरूप लक्षात घेता शेतकऱ्याला अनेक प्रश्नांना तोंड द्यावे लागत असे. शेतमालाच्या विक्रीतून शेतकऱ्याला मिळणारी किंमत व त्याच मालासाठी शेवटच्या

ग्राहकाला मोजावी लागणारी किंमत यात सतत रुंदावत जाणारी दरी असल्याने, शेतमालाच्या किमतीपैकी फार मोठा हिस्सा मध्यस्थ, दलाल व अडते हेच हडप करीत. परिणामी, शेती हा 'व्यवसाय' म्हणून नव्हे, तर एक अनिवार्य 'जीवनमार्ग' मानूनच भारतीय शेतकऱ्याला वर्षानुवर्षे तोटा सोसूनही राबत राहावे लागते. उत्पादन बाजारपेठेपासून कमी-अधिक अंतरावर होत असते. ते बाजारपेठेपर्यंत आणावयास हवे. वाहतूक करताना मालाची नासधूस होणार नाही, अशी खबरदारी शेतकऱ्याला घ्यावी लागते. माल चांगल्या स्थितीत पोचविला व तो चांगल्या प्रतीचा आहे, याविषयी ग्राहकांची खात्री पटविता आली, तर भाव जास्त मिळू शकतो. शेतीचे उत्पादन बऱ्याच अंशी निसर्गावर अवलंबून असल्याने वर्षातून एकदा किंवा दोनदाच पीक येऊ शकते,त्यामुळे बाजारपेठेतील परिस्थिती पाहून उत्पादन कमी-जास्त करणे शेतकऱ्याच्या हातात राहत नाही, शिवाय बहुतेक शेतमाल नाशवंत असतो, त्यामुळे उत्पादन खर्च भागून पुरेसे उत्पन्न मिळाले, तरच उत्पादन वा विक्री करायची, असा निर्णय शेतकऱ्याला घेता येत नाही आणि आर्थिक दुर्बलतेमुळे माल जास्त काळ न विकता ठेवणे हेही शेतकऱ्याला शक्य नसते. कधी कधी मध्यस्थ व्यापारी शेतकऱ्याच्या अज्ञानाचा फायदा घेऊन त्याची वेगवेगळ्या प्रकारे फसवणूक करीत. मालाची अदलाबदल करणे, वजन कमी दाखवणे, अनावश्यक खर्च त्याच्यावर लादणे वगैरे मार्गांनी त्याची लुबाडणूक होत असे.

शेतकऱ्यांच्या या समस्येची बाईंना चांगलीच जाण होती. या परिस्थितीशी टक्कर देताना बाईंनी प्रथम काय केले असेल, तर मुलांना विश्वासात घेतले व मुलांवरही विश्वास टाकला. आई-मुलांच्या नात्यातले समृद्ध रूप येथे पाहावयास मिळते. केवळ अन्नधान्ये व भाजीपालाच नव्हे, तर दूधदेखील मध्यस्थांमार्फत विकण्याऐवजी बाई ही

कामे आपल्या मुलांमार्फत करवून घेत, यामुळे शालेय शिक्षणाबरोबरच बाहेरच्या जगातील व्यावहारिक अनुभवांनी सर्व मुले वैचारिक व व्यावहारिक पातळीवर समृद्ध होत गेली. त्यातील अडचणी त्यांना समजल्या. अनुभव पाठीशी बांधले गेले. श्रमाच्या प्रतिष्ठेबरोबरच पैशालाही मोल असते, याची जाणीव मुलांना झाली.

बाळासाहेब पहिल्यांदा भाजी विकायला गेले, तेव्हा त्यांचे वय असेल १०-११ वर्षांचे. काही कैकाडी स्त्रिया एकत्रित आल्या आणि त्यांच्या भोवती गोळा झाल्या. एक भाजी घेत असतानाच दुसरीनेही घेतली, असे करीत प्रत्येकीनेच काही भाजी घेतली; पण पैसे न देता सगळ्यांनी फार गोंधळ केला. भाजी तर घेऊन गेल्याच, वर बाळासाहेबांकडचेच काही पैसे घेऊन गेल्या. तेव्हापासून त्यांनी एका वेळी एकाच व्यक्तीशी संवाद साधण्याचे ठरवले.

एकदा बाईंनी बाळासाहेबांना द्राक्षे विकण्यासाठी दिली. एका सिंधी व्यापाऱ्याने त्यांच्याकडील सगळी द्राक्षे एकदम घेतो म्हणून स्वस्तात घेतली व स्वतः विकून दिवसअखेर त्यांना पैसे दिले. त्यासाठी दिवसभर त्यांना बसवून ठेवले. असे अनेक अनुभव मुलांना येत.

बाळासाहेब आवर्जून सांगतात, ''श्रीमंत घरात जन्मलेली व्यक्ती शिखरावर पोचली, तर आश्चर्य नसते. आम्ही खड्ड्यातून वर आलो आहोत. आज मर्सिडीज्‌मध्ये फिरत असलो, तरी मुळात आम्ही बैलगाडीवाले आहोत. यातच आमच्या यशाचे सारे सार सामावलेले आहे.'' कोणतेही श्रमाचे काम करताना लाज वाटण्याऐवजी अभिमानच वाटला पाहिजे, हा कर्मवीरांचा मंत्र मुलांच्या मनावर बिंबवण्याबाबत बाई कमालीच्या जागरूक असायच्या. स्वतःचा माल विकण्याची सवय लागावी, लोकांना मालाची प्रत व उपयुक्तता समजावून सांगता यावी, असेही बाईंना वाटत असे. तसे तर माल लिलावाला पाठवूनही विकला

जाऊ शकत असे; पण परिस्थितीची जाणीव बाईंनी मुलांना करून दिली.

पांडुरंगअण्णाही उसाची तोडणी आली, की गाड्यांमध्ये ऊस भरून वालचंदनगरच्या कारखान्यात पोचता करायला जात. तेव्हा फक्त वालचंदनगरलाच साखर कारखाना होता.

शेती हा बाईंच्या आयुष्याचा अविभाज्य भाग बनून गेला होता. काळ्या मातीवर त्यांनी कायम प्रेम केले. मोठ्या प्रेमाने त्यांनी शेतीची व्याप्ती वाढवली आणि त्यातूनच कुटुंबाला समृद्धीच्या मार्गावर नेले. शेतीच्या समृद्धीमुळे नंतरच्या काळात हे कुटुंब बागायतदार वर्गात गणले जाऊ लागले. कुटुंबातील सर्वांत थोरल्या बंधूंनी सुरवातीचे जे दिवस पाहिले, त्यामानाने कमी प्रमाणात परिस्थिती सर्वांत धाकट्या भावंडांच्या वाट्याला आली, त्यामुळे अप्पासाहेब गमतीने धाकट्या भावंडांना म्हणत असत, ''आम्ही शेतकऱ्याची मुले म्हणून जन्मलो आणि ही बागायतदाराची मुले आहेत.''

बाईंनी स्वतःच्या संसारासाठी शेती हा मुख्य आधार बनवला; पण मुलांनी मात्र शेती आहे म्हणून रिकामटेकडेगिरी केलेली त्यांना नको होती. पारंपरिकतेबरोबरच आधुनिकतेचा अप्रतिम आविष्कार बाईंच्या स्वभावातून डोकावतो.

* * *

१५

बाईंनी मुलांची कुवत, आवड, नैपुण्य विचारात घेऊन समाजाला सुखी करण्याचा मार्ग मुलांना शोधता येईल, असे संस्कार त्यांच्यावर केले. 'गवंडी बांधकाम करताना इंजिनिअरप्रमाणे शिकलेला नसतो; परंतु तो ती कला आत्मसात करतो. दैनंदिन जीवनातील आवश्यक व उपयुक्त गोष्टी शिकल्याच पाहिजेत, त्या स्वतःच्या स्वतःला करता आल्याच पाहिजेत,' असे त्या म्हणत. मुलांना उपदेश करताना त्या अनेकवेळा म्हणत, 'किडामुंगीसारखे जीवन जगू नका, जीवनात भव्य ध्येय ठेवा. संकटे आली तरी डगमगू नका. अपयशातूनच वाट काढीत पुढे गेले पाहिजे. स्वतःच्या उत्कर्षाबरोबर समाजाच्या उत्कार्षाचेही ध्येय समोर ठेवा. समाजोद्धासाठी अष्टौप्रहार झटले पाहिजे.'

मुलांनी शैक्षणिक प्रगती केली नाही किंवा वर्गात अगदी पहिले नाही आले तरी चालेल; पण नापास नाही झाले पाहिजे ही सक्ती मात्र केली. सर्वांगीण व्यक्तिमत्त्वविकास, खेळ, वाचन, आरोग्य, व्यायाम, लोकांना मदत करणे, आचार-विचार पद्धती या सर्व गोष्टीही त्यांच्या दृष्टीने अभ्यासाबरोबरच महत्त्वाच्या असत. ही त्यांची विचारसरणी काळाच्या पुढे शंभर वर्षे होती. शाळेतल्या गणिताबरोबर जीवनातील खऱ्या हिशेबी कौशल्यात मुले मागे पडू नयेत, हाच त्यांचा यामागे हेतू होता.

मुले पहिलीत गेली, की पोस्टात टपाल टाकणे, जवळपासच्या घरात काही निरोप देणे अशी कामे करावी लागत. दुसरीमध्ये गेल्यावर पोस्टातून तिकिटे, पाकिटे आणणे, शेजारच्या वाण्याच्या दुकानातून किरकोळ वस्तू आणणे, अशा गोष्टी कराव्या लागत. मराठी चौथीपासून ते सहावीपर्यंत किराणा माल आणण्यासाठी बरोबर जाणे यात दुकानाची ओळख होणे आणि सामान उचलण्याची सवय होणे, हा भाग असायचा. मुलांवर सहावी-सातवीपासूनच किराणा माल आणणे, मटण-मासळी आणणे वगैरेंची पूर्ण जबाबदारी पडत असे. त्याचवेळी दुधाचे वाटप,

शेतातील भाज्या-फळे यांची विक्री, मग ती कधी बारामतीत तर कधी परगावी करावी लागे. मालाची विक्री करणे, आवश्यकता वाटल्यास वाटाघाटी करणे, पैशाचा आणि मालाचा अचूक हिशेब आणणे या जबाबदाऱ्या असत. दिवसभराच्या कामानंतर पैशाची जोखीम असे. आठवीनंतर मुलांना वर्षाचे बजेट दिले जाई. त्यात चपला, बूट, कपडे आणावे लागायचे. कुठले कापड चांगले आहे, टिकाऊ आहे, ते कोणत्या दुकानात मिळेल याची माहिती करून घ्यावी लागे. यात सर्वांमध्ये व्यवहाराची जाण यावी, लोकांना तोंड देता यावे ही भूमिका मुख्यत्वे होती.

एखादी गोष्ट 'मला येत नाही, मी करू शकत नाही' या पद्धतीची भाषाच त्यांना आवडत नसे. घरातील छोट्या छोट्या गोष्टींसाठी कोणावरही अवलंबून राहिलेले त्यांना अजिबात मान्य नसे. उदाहरणार्थ घरातील नळदुरुस्ती, ट्यूबदुरुस्ती अशी छोटी पण आवश्यक कामे स्वतःलाच यायला हवीत, ही त्यांची शिस्त असे.

खेड्यात राहूनही त्यांनी मुलांना सुशिक्षितपणाचे, नीटनेटकेपणाचे वळण लावले. जेवताना ताटातील अन्न पसरत नाही ना, खाताना तोंडाचा आवाज येत नाही ना, बोटे नखाच्यावर भरलेली नाहीत ना अशा गोष्टींवर त्यांचे बारकाईने लक्ष असे. बाहेर कोठेही जायचे असेल, तर घरातील प्रमुख व्यक्तीला सांगूनच जावे लागे आणि केव्हा येणार याचीही कल्पना देणे आवश्यक असे. एकदा एकजण बाईंना न सांगताच बाहेर पडला. घरापासून थोड्या अंतरावर असलेल्या सणसर गावी गेला व दुसऱ्या दिवशी परत आला. बाईंना ताडकन जाब विचारला, 'घर म्हणजे काय धर्मशाळा वाटली का?'

घरातील मोठ्यांचा कायम आदर राखला जाई. मोठ्यांना आदरार्थी संबोधले जाई. छोटी मुले जर मोठ्यांबरोबर असतील, तर मोठ्यांच्या

हातातील सामान, बॅग किंवा पिशवी स्वतः हातात घेतात. नावाची फोड करून बोलणेही बाईंना चालत नसे. पूर्ण नावानेच सर्वांना हाक मारावी लागे. दिवसभराची दैनंदिन कामे, वाचन, शेतीची कामे, लोकल बोर्डाच्या बैठकांना नियमित जाणे-येणे, मुलांच्या शिक्षणाची, संगोपनाची काळजी, पै-पाहुणे, एक ना अनेक गोष्टी एका वेळी त्या पार पाडीत होत्या. आबाही सोसायटीमध्ये नोकरीला असताना, सायकलवरून मैलोन्‌मैल फिरत. बाई-आबांचे कष्ट मुले पाहत होती. आपली मुले केवळ बसून राहिलेली बाईंना कधीच आवडत नसत. प्रत्येकाने सतत काही ना काही काम करावे, हाच त्यांचा आग्रह असे.

क्रियाशीलता हेच आयुष्यातील महत्त्वाचे अंग आहे, हा संस्कार त्यांनी स्वतःच्या कृतीतूनच मुलांना दिला. त्यामुळेच सर्वच मुलांत एक महत्त्वाचा गुण आढळतो, तो म्हणजे कोणत्याही कामामध्ये स्वतःला झोकून देण्याची वृत्ती, कामाप्रती अविचल निष्ठा ठेवून योग्य न्याय देण्याची प्रवृत्ती. अशा ध्येयवादी कार्यपूर्तीतला आनंद काही वेगळाच.

प्रतापराव चार-पाच वर्षांचे तर शरदराव आठ-नऊ वर्षांचे असतील. दिवाळीत सर्वांना सर्व गोष्टी मर्यादित मिळत असत. जे काही असेल त्याच्या वाटण्या वडीलबंधूंमार्फत केल्या जात. भाऊबीजेच्या ओवाळणीलाही अशाच मर्यादा असत. शरदरावांनी प्रतापरावांना सुचविले, की आपण काहीतरी काम करून पैसे जमवू या म्हणजे दिवाळीला बहिणींना घसघशीत ओवाळणी घालता येईल. त्याप्रमाणे दोघेही कामाला लागले. घराशेजारी वाण्याचे छोटे दुकान होते. ते पतंग विकत असत. शरदरावांनी त्यांना विचारले, आम्ही तुम्हाला पतंग करून देऊ, त्याचा योग्य मोबदला तुम्ही आम्हाला द्यावा. दुकानदाराचा होकार मिळाल्यावर या दोघांनी पतंग तयार करण्याचे काम केले; पण दुकानदाराने त्यात चुका काढीत ठरल्याप्रमाणे मोबदला काही दिला नाही.

नंतर त्यांनी काचेच्या गोट्या विकल्या व हे सर्व मिळून जे पैसे येतील ते ओवाळणीसाठी वापरले. बाईंनी मुलांना हे करू नको, ते करू नको असे कधीही सुनावले नाही, तर मुलांची कार्यशक्ती, आत्मविश्वास कसा वाढेल याचाच सतत विचार केला.

अमेरिकेतही विद्यार्थी स्वावलंबनाने शिकतात, अविरत काहीतरी करीत असतात, आळशीपणे बसून राहणे, पडून राहणे, सुट्या घेणे, हॉटेलात, पारावर, चौकात गप्पा मारीत बसणे, नुसत्या चर्चा, उचापती, कुरापती करणे, वेळेचा दुरुपयोग करणे सहसा ती करीत नाहीत. तेथील श्रीमंतांची मुलेसुद्धा हॉटेलमध्ये, बागेत, दुकानात काम करताना दिसतात. वाडवडिलांच्या पुण्याईवर सात पिढ्या बसून खाता येईल, या कल्पनेतच फुशारकी मारणे हा निरुद्योग तिथे नसतो. प्रगत राष्ट्रांच्या विकासाचे मर्म श्रम करण्यातच असावे. फक्त मनुष्यप्राणी सोडला, तर बहुतेक इतर प्राण्यांना जगण्यासाठी काहीतरी धडपडावे लागतेच. बुद्धिमत्ता फक्त मनुष्यप्राण्याकडे आहे, तरीही 'बसून खावे' ही दुर्बुद्धी फक्त माणसांनाच होते. ज्या समाजात निरुद्योगीपणाला आणि आळसाला मान मिळतो, त्या समाजातून कष्टाचे महत्त्व नाहीसे झालेले दिसते.

* * *

१६

सर्व मुलांच्या शिक्षणाच्या, करिअर निवडीच्यावेळी नुसत्याच आर्थिक अडचणींना त्यांना तोंड द्यावे लागले नाही, तर कधी शिक्षण - व्यवसायाचे मार्ग नीट समजत नसत. पाहिजे तिथे प्रवेश मिळेलच अशी खात्री नसे. पुरेपूर प्रयत्न करूनही यश मिळेलच अशी शक्यता नसे. अशा सर्व प्रसंगांत अकराही मुलांच्या अकरा विविध वाटा निवडताना काय अडचणी आल्या नसतील? पण अशा वेळी मुलांची मने जपणे व त्यांना हव्या त्या आवडीच्या क्षेत्रात वाव मिळवून देणे, त्यांच्या करिअरला निर्णायक वळण देणे, अशा गोष्टींसाठी खरोखरी बाईंना कसरतच करावी लागली असेल!

त्यामुळे बाईंनी मुलांना नुसतेच शिकविले नाही, तर प्रत्येकाबरोबर त्याही शिकत होत्या, असे म्हटले तर फारसे वावगे ठरू नये. कारण स्वतःच्या कामाचा प्रचंड व्याप सांभाळूनही बाई प्रत्येकाच्या शाळा-कॉलेजात वेळोवेळी जात. शिक्षकांकडे, प्राचार्यांकडे मुलांच्या प्रगतीची चौकशी करीत. प्रत्येकाला येणारे अनुभव बाई स्वतःही मुलांच्या बरोबरीने अनुभवायच्या, विचार करायच्या, मार्ग काढायच्या.

बाळासाहेब मॅट्रिकपर्यंत बारामतीत शिकले. इन्टर सायन्समध्ये गेल्यानंतर मेडिकल कॉलेजला प्रवेश मिळवण्याच्या हेतूने अभ्यासाला लागले. त्याच वेळी 'नॅशनल डिफेन्स ॲकॅडमी'ची जाहिरात वर्तमानपत्रात आली होती. त्यांनी अर्ज पाठविला व अभ्यासाला सुरवात केली. सुरवातीच्या सर्व परीक्षा ते उत्तीर्ण झाले; पण शारीरिक चाचणीत उत्तीर्ण होऊ शकले नाहीत; कारण लहानपणी घोड्यावरून फेकले गेल्यामुळे त्यांचा हात मोडला होता. त्यामुळे त्यांना नाकारले गेले. या दुःखापेक्षाही एक वर्ष वाया जाऊन डॉक्टर बनणेही शक्य नाही, या गोष्टीमुळे ते अतिशय निराश झाले होते. पुढे शिकण्याची त्यांना इच्छाच राहिली नाही. तसे त्यांनी बाईंना स्पष्टपणे सांगून टाकले.

मुलाचे शिक्षणावरचे मन उडते आहे, हे पाहून बाईंनाही काळजी वाटू लागली. त्यांनी बडोद्याच्या प्राचार्यांचा सल्ला घेतला. थोरले वसंतरावही तेव्हा बडोद्याला शिकत होते. त्यामुळे बाळासाहेबांनाही बडोद्याला आर्किटेक्चरच्या अभ्यासक्रमासाठी प्रवेश घेतला; पण शिक्षणात मात्र कसल्याही परिस्थितीत त्यांनी खंड पडू दिला नाही की मुलाचे मनही निराश होऊ दिले नाही. पहिल्यांदा बाळासाहेबांना तिथे नको वाटले; पण नंतर ते हळूहळू रुळले व हा अभ्यासक्रम उत्तम प्रकारे पूर्ण करून आर्किटेक्ट झाले. पुढे याच क्षेत्रात त्यांनी देशपरदेशात चांगला नावलौकिकही मिळवला. ते म्हणतात, ''योग्य वेळी मातुःश्रींनी मला योग्य मार्ग दाखवला नसता, तर माझ्या उर्वरित आयुष्यावर विपरीत परिणाम झाला असता.''

उत्तम शिक्षण घेण्याची बाईंनी मुलांवर सक्ती नक्कीच केली. मुलांचे फाजील लाड केले नाहीत, की त्यांच्या अवास्तव अपेक्षा पुरवल्या नाहीत. प्रखर स्वतंत्र वृत्ती बाईंनी मुलांमध्ये बाणवली. त्या म्हणत असत, ''माणूस जन्माला येताना पोटातून सर्व काही शिकून येत नाही; पण संधी मिळाल्यावर त्याने आपल्या बुद्धीचा वापर करून प्रयत्नाने पुढे यावे.'' मुलांना स्वतःचे प्रश्न स्वतःच सोडवायला त्यांनी शिकविले. स्वतःची लढाई स्वतःच लढली पाहिजे, ही त्यांची धारणा होती.

प्रतापरावांनी अकरावी-बारावीचे महाविद्यालयीन शिक्षण फर्ग्युसन कॉलेजमधून पूर्ण केले. लहानपणापासूनच त्यांचा कल अभियांत्रिकी शाखेकडे होता, तर ते डॉक्टर व्हावेत, असे आबांना वाटे. राजस्थानमधील पिलानी येथील प्रसिद्ध 'बिर्ला इन्स्टिट्यूट ऑफ टेक्नॉलॉजी अँड सायन्सेस' संस्थेतून प्रतापरावांनी अभियांत्रिकीची पदवी मिळवली. खरे तर काटेवाडी या छोट्या गावातून शिक्षणाला सुरवात करून पिलानीसारख्या संस्थेत जाऊन शिकणे ही त्या काळच्या मानाने

अचंबित करणारीच गोष्ट होय. अजूनदेखील कित्येकांना 'बिटस् पिलानी' हे नावसुद्धा नीट माहिती नाही, तिथे प्रवेश मिळवून शिकणे ही तर फार पुढची गोष्ट झाली.

पिलानीतील शिक्षण त्यामानाने महागाचे होते; पण याबाबतीत मुळीच काळजी करू नये, अशी बाईंची सूचना होती. 'अशाच संधींचा उपयोग करून, स्वतःचे आयुष्य स्वतःच्या बळावर घडवा,' असा स्पष्ट संदेश बाईंनी दिलेला होता. त्यांना काटेवाडी ते पिलानी हा प्रवास कधी बसने तर कधी रेल्वेने, असा मजल-दरमजल करीत करावा लागे. रेल्वेचे रिझर्व्हेशन वगैरे करून जाण्याचा प्रश्नच नसे. साधारणतः प्रवास सर्वसामान्य डब्यातूनच होत असे. बरोबर सामानाची ट्रंक असे. सर्व सामान हातात घेऊन इकडे तिकडे गाडी पाहण्यासाठी धावणे अवघड जायचे. बरोबर सोडवायला स्टँडपर्यंत किंवा स्टेशनपर्यंत कधीही कोणीही कोणासाठीच जायचे नाहीत. प्रत्येकाला प्रवास एकट्यानेच करावा लागे. प्रत्येकालाच घरातूनच निरोप दिला जाई. बाईंनी घरात प्रतापरावांना फक्त एक सूचना केलेली असे, 'तुझी ट्रंक आतल्या बाजूला वळवून ठेवीत जा. म्हणजे कुलपाकडची बाजू काढताना ती चोरांना वळवावी लागेल, त्याचा आवाज येईल आणि तुला समजेल, कोणी तरी ट्रंकेला हात लावतंय.' त्यांना स्टेशनवर किंवा गाडीत कोणाशीतरी ओळख करून घ्यावी लागे. त्यात बहुधा वृद्ध वगैरे व्यक्तींची ते निवड करीत आणि त्यांना म्हणत असत, 'तुम्ही माझ्या सामानाकडे लक्ष द्या, मी गाडी पाहून येतो आणि गाडीत तुमचीदेखील जागा पकडतो.' सर्व सुट्यांमधला जाण्या-येण्याचा कार्यक्रम असा पार पडत असे.

स्वतःचे प्रश्न सोडवताना बाहेरच्या जगाशी जुळवून घेतच सर्वांना नेहमी पुढे जावे लागले. सामान सांभाळण्यासाठीही भरवशाची व्यक्ती शोधावी लागे; तसेच त्यांनाही काही मदत करावी लागे. माणसांना

जाणण्याची ताकद यातूनच निर्माण झाली. समस्यांची उत्तरे शोधायला बाईंनी मुलांना शिकवले; पण कोणत्याही समस्येची खोटी उत्तरे स्वतःही दिली नाहीत आणि मुलांनाही शिकवली नाहीत. स्वतःच्या समस्या स्वतःच सोडवत पुढे जायचे असते, कोणाच्या तरी पाठिंब्याने किंवा पाठिंबा न घेता, हेच या सैनिकांना माहिती असावे! कारण प्राप्त परिस्थितीशिवाय पर्यायी मार्गांची उपलब्धताच कधी नसायची! सर्वच मुलांना प्राप्त परिस्थितीशी कधी जुळवून घेत, तर कधी सामना करीत उच्च ध्येय गाठावे लागले; या संपूर्ण प्रवासात मुलांबरोबर बाई-आबांनी एकच शिदोरी दिली होती, ती म्हणजे 'संस्कार-शिदोरी'. बाईंनी मुलांवर केलेले संस्कार हा आई-मुलांच्या नात्यातील एक भाग झाला. या संस्कारांच्या दोरीला धरूनच सर्वजण प्रगतीची एकेक शिखरे काबीज करीत गेले. या नात्यातील प्रत्येक कंगोऱ्याची घडण बाईंनी फार सुंदर पद्धतीने घडवली आहे.

बाईंनी स्वतः स्वयंपाक करून मुलांपुढे ताट वाढले, जेवायचे कसे ते शिकवले; पण हाताने घास कधी भरवला नाही. भूक लागली, की जेवायचे असते, हे सांगितले; पण स्वतःच्या हाताने जेवायचे, की उपाशी राहायचे ते मात्र मुलांवर सोडून दिले! त्यामुळे हाताने जेवले नाही तर उपाशीच राहावे लागेल, हे मात्र नक्कीच असायचे.

माधवरावांना लहानपणापासूनच तंत्रज्ञानात आस्था होती. त्यांना इंजिनिअर व्हायचे होते आणि परदेशात जाऊन शिक्षण घ्यावयाचे होते; पण इंटर सायन्समध्ये त्यांना आवश्यक असलेले मार्क्स मिळाले नाहीत, त्यामुळे इंजिनिअरिंगला जाता आले नाही.म्हणून त्यांनी काही काळ बारामतीला महसूल खात्यात नोकरी केली. परदेशात जाऊन शिक्षण घेण्याची त्यांना इच्छा होतीच. बाई-आबांना इंग्लंडबद्दल फारशी माहिती नसतानादेखील आपल्या मुलाच्या जिद्दीसाठी त्याला पाठवायचे ठरविले.

तो काळ १९५४-५५ चा होता. परदेशात मुलाला पाठवायचे तर ठरले; पण पैसे? आबांना गुळाच्या धंद्यात खोट आली होती. बाईंसमोर पैसे उभे करण्याचा मोठा प्रश्न निर्माण झाला. त्यांनी पुण्यातली जमीन विकून पैसे उभे केले. वसंतराव, अप्पासाहेब या थोरल्या बंधूंनी काही मदत माधवरावांना केली आणि त्यांनी स्वतःचे वर्ष-दोन वर्षांचे नोकरीचे पैसे, असे सर्व मिळून पैसे उभे केले. बाईंनी सांगितले, 'यापेक्षा अधिक पैसे आम्ही देऊ शकणार नाही, आता तू तिकडे कमवून शीक.' या पैशातील बहुतेक रक्कम तयारीतच खर्च झाल्याने, फक्त ऐंशी पौंड एवढीच रक्कम घेऊन ते बोटीवर चढले.

माधवरावांना बाईंनी बारामतीच्या रेल्वे स्टेशनवरूनच निरोप दिला. उद्देश असा, की 'मुंबईपर्यंत जाण्याचा तीनशे रुपये खर्च होईल, तो वाचावा.' त्यामुळे बाई-आबा मुंबईपर्यंत पोचवायला गेले नाहीत.

कर्तव्य की भावना यांचा संघर्ष कायमच मनात होत असतो. कर्तव्याच्या जाणिवेने व जबाबदारीने एखादी गोष्ट पार पाडण्याच्या प्रयत्नात भावनिक नाती आड येतात; पण अशा प्रसंगांतून मात्र बाईंचे संयमी व संवेदनशील व्यक्तिमत्त्वच समोर येते. बाईंचे वेगळेपण इथेच आहे. त्यांनी स्वतःच्या भावनिक उद्रेकापोटी मुलांची मने प्रगती करताना रोखली नाहीत. मुलांना एवढ्या लांब शिक्षणासाठी पाठविताना आईचे मन नक्कीच गलबलून गेले असेल; पण बाईंनी मुलांचे भवितव्य 'प्रथम' मानले. मुलांना स्वतःच्या नजरेच्या टप्प्यात राहण्याची सक्ती केली नाही. बाईंना कोणताही कठीण प्रसंग आला, तरी डगमगून जाऊन रडताना कोणी पाहिले नाही. त्यांनी कधीही कोणासमोरही स्वतःच्या दुःखांना अश्रूंद्वारे वाट करून दिली नाही! काही दुःखे सहजासहजी शब्दांत साकारली जात नाहीत, पायामध्ये रुतलेल्या काट्याप्रमाणे ती टोचत राहतात नाहीतर खोलवरच्या जखमांप्रमाणे सलत राहतात. बाईंचे

मन विशाल, व्याप्त होते. त्यांना स्वतःचे दुःख कायम स्वतःजवळच ठेवावेसे वाटे!

माधवराव इंग्लंडला गेले. तो काळ मॅट्रिकपर्यंत शिक्षण झाले तरी पुरे, असाच होता. शिक्षणाबद्दलची ओढ किंवा शिक्षणामुळे सुधारणा होऊ शकते, ही भावना रुजायला अजून वेळ होता. अशा काळात माधवरावांनी शिक्षणाच्या ओढीने इंग्लंड गाठले होते. बरोबर कोणी नव्हते. आर्थिक पाठबळ नव्हते. इंग्रजी नीट बोलता येत नसे; पण ते इंग्रजी लिहू शकत. त्यामुळे संवाद साधण्यासाठी सुरवातीला त्यांना लेखी इंग्रजीचा वापर करून किंवा खुणांनी बोलावे लागे. रोजचा खर्च भागविण्यासाठी काम करणे तर गरजेचे होते. त्यासाठी ते क्रिकेटच्या मैदानाच्या बाहेर उशा भाड्याने देऊन पैसे मिळवीत. आईस्क्रिमच्या कांड्या विकत, एवढेच नव्हे तर मोटारसायकलवरून हिंडताना ते गाडीचे दिवे बंद करीत. साहजिकच पोलिसाने पकडल्यानंतर रात्रभर पोलिस ठाण्यात राहण्याची शिक्षा, त्यामुळे राहण्याचा खर्च वाचून रात्रीचे भोजन फुकट व्हायचे. रात्रभर पोलिस ठाण्यात अभ्यास करायचा, झोप आली तर तिथेच आडवे व्हायचे. सकाळी पोलिसांनी सोडून दिल्यानंतर कॉलेजमध्ये जायचे. या पद्धतीने इंग्लंडमध्ये राहून त्यांनी धातुशास्त्राचे आपले शिक्षण पूर्ण केले. पुढे बाईंनी बाळासाहेबांनाही उच्च शिक्षणासाठी इंग्लंडला जाण्यास मदत केली. धरणीमाता प्रत्येक फुलाला गंध प्रदान करते. त्याच्या गंधमय वेगळेपणाला हिरावून न घेता त्याला फुलू देते. बाईंनीही आपल्या प्रत्येक मुलाला असेच वेगळेपणाने फुलू दिले. स्वतःच्या आवडीने जीवनकार्य ठरवू दिले. जेव्हा त्यांचे व्यावसायिक प्रगतीचे दिवस आले, तेव्हा मात्र, सर्वांना स्वतंत्रपणे स्वतःच्या क्षेत्रात वावरण्याची मुक्त मुभा दिली. सर्व मुलांच्या पंखांमध्ये बळ दिले; पण स्वतःच्या अपेक्षा मुलांवर लादल्या नाहीत. आताच्या काळातील शहरी,

ग्रामीण जीवनातील विविध समस्यांचा, शैक्षणिक पद्धतीचा, पालक मुलांच्या वर्तन समस्येचा विचार करताना बाईंची मते किती स्पष्ट पण प्रगल्भ होती, हे जाणवते.

शिक्षण देताना बाईंनी मुलगा-मुलगी असा भेद केला नाही. 'एक मुलगा शिकला, तर एक व्यक्ती शिकली; पण एक मुलगी शिकली तर कुटुंब शिकलं,' ही उक्ती त्यांनी कृतीत आणली. ज्या देशात स्त्रियांची स्थिती सुधारते, त्याच देशाची उन्नती, प्रगती होते. त्यासाठी स्त्रियांच्या शैक्षणिक स्थितीत बदल झाला पाहिजे. यासाठी त्यांनी मुलांच्या बरोबरीने मुलींनाही शिक्षण दिले. बाईंची शिक्षणाबद्दलची व स्वावलंबी जीवनाविषयीची विचारसरणी एखाद्या कृतिशील विचारवंतांनाही लाजवेल, अशीच होती. बाईंना स्वतःला एवढे ज्ञान कसे प्राप्त झाले असेल?

* * *

१७

या सर्वांतून वेळ काढून बाई पत्रे खूप छान लिहीत. जगण्याची प्रचंड जिद्द आणि उमेद देणारी बाईंची पत्रे मुलांच्या आयुष्याला सतत मार्गदर्शक ठरली आहेत. त्यामध्ये मुलांबद्दलची काळजी, त्यांच्या भवितव्याची चिंता, घरगुती गोष्टी, मुलांप्रती ओथंबणारा जिव्हाळा, सभोवतालच्या परिस्थितीची मुलांना दिलेली जाणीव डोकावते. मुले दूर बाहेरगावी शिक्षणासाठी गेलेली असत. ख्यालीखुशाली कळविण्याचे एकमेव साधन पत्र हेच असे. मुले बाहेरगावी जात असल्याची, आपल्यापासून दूर राहत असल्याची मनातील खंत बाईंनी कधी उघडपणे बोलून दाखवली नाही; पण मुलांबद्दलची काळजी त्यांच्या पत्रांतून व्यक्त होताना दिसते.

बाळासाहेबांनी आर्किटेक्चरची शेवटची परीक्षा देण्यापूर्वी काही दिवस बाईंचे एक पत्र त्यांना आले होते. सर्वच भावंडांना बाई महत्त्वाच्या प्रसंगी किंवा संकटकाळी पत्र लिहून उत्तेजन देत असत. अपयश आले, तर खचून न जाता पुन्हा प्रयत्न करण्यासाठी त्या स्फूर्ती देत.

काटेवाडी, ता. ३० मार्च १९५९

चि. बाळ यास सप्रेम आशीर्वाद,

तुझी सर्व पत्रे मिळाली. वास्तविक मी तुला यापूर्वीच उत्तर लिहायला हवे होते; पण गेल्या काही दिवसांत मी कुणालाच पत्र लिहिलेले नाही. लिहिण्यासाठी जो उत्साह लागतो, तोच राहिलेला नाही. सर्व आयुष्य धकाधकीत व कष्टात गेल्याचा हा परिणाम असेल. वठलेल्या एखाद्या वृक्षाला आपण कितीही खतपाणी घातले, तरी त्याचा काही परिणाम होत नाही; तसेच माझे झाले आहे. सर्व मुला-मुलींचे व्यवस्थित पार पाडून मी या कर्तव्यातून मोकळी होईल, असे आता वाटतच नाही. सतत डोक्यावर ओझे घेऊन फिरणाऱ्या माणसाप्रमाणे माझी अवस्था झाली

आहे. तरीही असेच जगणे मला भाग आहे. तू स्वतःची मानसिक बंधने पाळून आजअखेर विद्यार्थिदशा यशस्वी रीतीने पार पाडली आहेस. तुझ्या या निष्ठेचे व कष्टाचे फळ तुला तुझ्या व आमच्या इच्छेप्रमाणे मिळणारच, हा विश्वास बाळग. केलेली तपश्चर्या कधीही वाया जात नाही. तू या शेवटच्या परीक्षेतदेखील उत्तम प्रकारे यशस्वी होशील, असा आम्हा दोघांचा तुला आशीर्वाद आहे.

शिक्षणाचे कामी कुणाचे पैसे खर्च होत नाहीत? पण पैसे खर्च करूनदेखील पुन्हा रात्रंदिवस आई-वडील जी काळजी करतात, ती मी तुझ्याबाबतीत तरी कधीही केली नाही. शिक्षणाच्या बाबतीत तू माझा हुकमी एक्का होतास. तू अभ्यास करत असशील किंवा नाही, अथवा पास होशील की नाही, याची चिंता मी स्वप्नात देखील केली नाही. तुझ्याबद्दलचा हा आत्मविश्वास व तू पहिल्या वर्गात यावास ही माझी महत्त्वाकांक्षा तू पुरी करशील, अशी माझी मनोदेवता मला खात्री देते. तुम्हा मुला-मुलींचे यश हीच माझ्या जीवनातील संजीवनी आहे. तू प्रकृतीला जप, मन शांत ठेव व अभ्यास कर. पेपर्स आत्मविश्वासाने व निर्धाराने लिही. आमच्या आशा-आकांक्षा, महत्त्वाकांक्षा व आशीर्वाद सतत तुझ्या पाटीशी आहेत. जास्त काय लिहू?

सदैव तुमच्या पाठीशी असणारी तुझी आई,

- सौ. बाई

आई-मुलांमधील सहृदयी, सुसंवादी ठेवा असणारी ही पत्रे वाचून वाटते, रातराणीच्या ताटव्यात एखाद्या कारंज्याखाली बाई मुलांशी भावमधुर स्वरांनी बोलत बसल्या आहेत; तर कधी चंद्राच्या शीतल छायेमध्ये मनाची तार सप्तसुरांनी छेडत आहेत! या पत्रांचे वैशिष्ट्य असे, की यातील मराठी अतिशय सुंदर आहे,हस्ताक्षर सुरेख आहे. प्रत्येक

वाक्यरचना काळजीपूर्वक केली आहे. बाईंची पत्रे अजूनही जपून ठेवली गेली आहेत. ती पुनःपुन्हा वाचली जात आहेत. पत्ररूपाने बाईसोबत करताहेत असेच वाटते. बाईंनी मुलांना कधी कसली चैन करू दिली नाही; परंतु मुलांमध्ये आपापसांत स्पर्धेचे वातावरण कसे निर्माण होईल, यावर बाई विचार करीत. मुलांमध्ये बौद्धिक चर्चा मात्र उच्च दर्जाच्या असत. यासाठी त्यांनी सर्वांमध्ये वाचनाची गोडी निर्माण केली. बाई स्वतःच रोज रात्री वाचन केल्याशिवाय झोपत नसत. स्वतःभोवतीच्या परिस्थितीचा अभ्यास करून या परिस्थितीचे विश्लेषण मुलांपर्यंत पोचविण्याचे विशेष कसब बाईंमध्ये होते. त्या म्हणत, 'चांगले ग्रंथ हेच आपले गुरू आहेत, जीवनमार्गावरचे मार्गदर्शक आहेत. थकल्याभागल्या वाटसरूसाठी ग्रंथ वृक्षाच्या सावलीसारखे मदतीला येतात. ग्रंथांची थोरवी, महती, त्यातील अवीट गोडी हे एक अढळ, त्रिवार सत्य आहे'. बाईंच्या वाचनामध्ये विविध विषय असत. 'मराठा', 'नवयुग' ही वर्तमानपत्रे, प्र. के. अत्रे, वि. स. खांडेकर, ना. सी. फडके, ह. ना. आपटे, साने गुरुजी, राम गणेश गडकरी, कुसुमाग्रज, पु. ल. देशपांडे यांची पुस्तके असत. बंकिमचंद्र व शरद्‌चंद्र चटर्जी यांच्या कादंबऱ्याही त्या वाचत असत. सकाळी वृत्तपत्र आले, की ते आधी मिळविण्यासाठी भावंडांमध्ये स्पर्धा होत असे. 'मराठा', 'नवयुग'मधील अग्रलेखांवर, बातम्यांवर विशेषतः सामाजिक व राजकीय घडामोडींसदर्भात चर्चा करण्याचा भावंडांना छंद होता. संयुक्त महाराष्ट्र चळवळीच्या आंदोलनावेळी घरात अगदी भारलेले वातावरण होते. अशा काळात बाई पण मुलांबरोबर विविध विषयांवरील चर्चेत सहभागी होत. मुले वाचतात की नाही, काय वाचतात हे त्या बघत असत. वेळ फुकट घालवायचा नाही, वेळेचा सदुपयोग करायचा, सतत कार्यमग्न राहायचे, निदान काही ना काही वाचन तरी करायचे, ही कुटुंबाला बाईंनी घालून दिलेली

शिस्तच होती.

अप्पासाहेबांच्या लग्नाच्या निमित्ताने सगळे कुटुंब बेळगावला गेले होते. सर्वांची व्यवस्था टिळकवाडीत केली होती. थोडीशी आवराआवर, चहापाणी झाल्यावर सर्व पवार मंडळी तेथे असलेल्या सतरंज्या - गाद्यांवर बसून वाचन करीत होती. वधूपक्षाकडील मंडळींपैकी दोघे-तिघे तेथे पाहुण्यांच्या चौकशीसाठी आले असता, त्यांना समोरील चित्र पाहून आश्चर्य वाटले, की लहानांपासून थोरांपर्यंत प्रत्येकजण काही ना काही वाचत बसलेला आहे.

कुटुंबातील कोणीही चार-पाच तास लोळत पडलेला आहे, काहीही काम नाही असे कधी होत नाही. काही ना काही तरी करत राहतील. मग ते वाचन असो, लिहिणे असो, काम असो. अगदी मोकळा वेळ असेल तर व्यायाम करतील, पण नुसतेच पडून राहणे कोणाच्या स्वभावातच नाही.

बाईंची विचार करण्याची पद्धतच फार वेगळी होती. त्या म्हणत, 'व्यायाम आणि वाचन यांनी शरीराची व मनाची मशागत होते. भांडी घासल्याशिवाय उजळत नाहीत, बी पेरल्याशिवाय उगवत नाही, जमिनीची मशागत केल्याशिवाय ती लागवडीखाली आणता येत नाही; पण ज्या त्या गोष्टी त्या त्या वेळीच कराव्या लागतात. आज भूक लागली म्हणून उद्या जेवून चालत नाही.'

प्रतापरावांच्या आठवणीप्रमाणे; ते, बाई आणि दोघी बहिणी रेल्वेने कोल्हापूरकडे चालले होते. नीरा स्टेशन मागे टाकल्यानंतर सर्वांच्या गप्पा सुरू झाल्या. त्यामध्ये विविध विषयांवर चर्चा-मतप्रदर्शन होत होते. यात तास-दोन तास निघून गेले. मागच्या बाजूला बसलेल्या एका गृहस्थांनी प्रतापरावांना विचारले, 'या आपल्या मातुःश्री आहेत का? गेले दीड-दोन तास मी तुमच्या गप्पा ऐकतो आहे. तुम्ही चौघेही विविध

विषयांवर चतुरस्त्र असल्याप्रमाणे बोलता आहात. त्याचवेळी आईकडे पाहून वाटतेय, की तुम्ही शेतकरी कुटुंबातील असला पाहिजेत. त्याचे मला कौतुक आणि आश्चर्य वाटत आहे.'

हे सर्व ऐकल्यावर बाईंच्या चेहऱ्यावर मंद स्मित उमटले. वाचनातून चांगले विचार निर्माण होतात. विचारांतून आचरण उत्तम होते. आचार-विचारांनी सुसंस्कारांची निर्मिती होते. बाईंनी विचारशक्तीला ज्ञानाच्या शक्तीची जोड दिली. या सुसंस्कारांतून व सुविचारांच्या शक्ती-समन्वयातूनच देशाचे भाग्य घडविणारे सुपुत्र उदयाला आले. वाचनातून होणारे चिंतन ही देखील एक संस्कार-साधनाच होय. अप्पासाहेबांचे वाचनाचे वेड तर सर्वश्रुतच आहे. वाचनात ते इतके दंग असत, की जेवणाचाही वेळ वाया घालवत नसत.

ते एकदा म्हणाले होते, 'लोक म्हणतात, की हा माणूस निर्व्यसनी आहे, पण तसे नाही. मला दारू, तंबाखू, गुटखा असले व्यसन नसून एक जबरदस्त व्यसन आहे, ते वाचनाचे. दुर्मिळ पुस्तकांचा संग्रह करण्याचे.'

अप्पासाहेब लेखन करीत, भाषणे देत, विविध विषयांवर मार्गदर्शन करीत. भाषणांसाठी त्यांना कोणताही विषय वर्ज्य नसे. कोणत्याही विषयावरचे भाषण देण्यापूर्वी त्या विषयाचा मुळापर्यंत जाऊन सखोलपणे ते अभ्यास करीत. टिपणे काढीत आणि सर्व तयारीनिशीच भाषणाला उभे राहत. अप्पासाहेबांनी भारतीय इतिहासाचे व वैदिक संस्कृतीचे सखोल वाचन केले होते. वेगवेगळ्या प्रदेशांना त्याअनुषंगाने त्यांनी भेटी दिल्या. नीलाताई देखील वाचनसंस्कृतीचा प्रसार होण्यासाठी, मोफत वाचनालय चालवतात. मध्यम वयातील मुलांना विविध उपक्रमांद्वारे वाचनाचे महत्त्व पटवून देतात. अमेरिकेचे अध्यक्ष बेंजामिन फ्रँकलिन म्हणत, की 'आयुष्यात यश दोन गोष्टींवर अवलंबून असते. अखंड उद्योग

नि काटकसरीची राहणी.' जीवनातील संकटे, मोह यांना तोंड देण्यास लागणारा कणखरपणा, मनोनिग्रह आणि चिकाटी हे गुण बाईंनी मुलांच्या अंगी बाणविले.

बाईंच्या प्रगल्भ व व्यापक दृष्टिकोनामध्ये वाचनाच्या आवडीची व माणसे जमविण्याच्या कलेची भर पडली. जिल्हा लोकल बोर्डामध्ये असताना, बाईंनी विविध कमिट्यांवर काम केले. शेती, सामाजिक प्रश्न, राजकारण अशा तत्कालीन प्रश्नांची उकल सोडविताना बाईंना वाचनाचा फार चांगला उपयोग होत असे. त्यातूनच लोकल बोर्डाचे सर्व विषयांमधील कामकाज त्या उत्कृष्टपणे हाताळू शकल्या.

* * *

१८

खरे तर, १९३८ ते १९५२ हा कालखंड जगाच्या, भारताच्या तसेच महाराष्ट्राच्या इतिहासातही अनेक राजकीय घडामोडींनी गजबजलेला होता. दुसरे जागतिक महायुद्ध याच काळात सुरू झाले. त्यातच जागतिक मंदीची लाट आली. हिंदुस्थानातील आर्थिक परिस्थिती अत्यंत खालावलेली होती. राजकीय चळवळींना जोर आलेला होता. स्वातंत्र्य लवकरात लवकर पदरात पाडून घेऊन ब्रिटिशांना देश सोडायला लावणे हाच एक कलमी कार्यक्रम ज्येष्ठ नेत्यांपुढे होता. त्यामुळे सामान्यांच्या मूलभूत प्रश्नांवर लक्ष केंद्रित करण्याकडे कोणी फारसा भर दिला नसल्याचे तत्कालीन इतिहासाच्या सूक्ष्म अवलोकनातून जाणवते. त्यातही तत्कालीन मुंबई प्रांताच्या दृष्टीनेही हा काळ म्हणजे राजकीय व सामाजिक जीवनातील संक्रमण काळ होता. याच काळात एक नवी दृष्टी निर्माण करण्याची व सामाजिक मानसिकतेमध्ये बदल घडविण्याची आवश्यकता होती. ब्रिटिशांनी हिंदुस्थानाला तर दुसऱ्या महायुद्धात ओढले होते, त्यामुळे राजकीय चळवळींना, स्वातंत्र्य आंदोलनाला वेग आलेला होता. अशा एकंदरीत स्थितीत सर्वसामान्यांचे मूलभूत प्रश्न मात्र बाजूला पडले होते.

ब्रिटिशांनी या सर्व परिस्थितीतसुद्धा आपली राज्यव्यवस्था, प्रशासनव्यवस्था मजबूत ठेवण्याचाच प्रयत्न केला. यासाठी त्यांनी जिल्हा लोकल बोर्ड हा जिल्हा प्रशासनाचा केंद्रबिंदू मानला. त्यामुळे जमीन महसूल हाच बोर्डाच्या उत्पन्नाचा मुख्य भाग असे. भारत हा अगदी अलीकडेपर्यंत खेड्यांचाच देश आहे. बहुतांशी जीवन शेतीशीच निगडित आहे. तेव्हा यापेक्षा अविकसितपणा जास्त होता, एवढाच फरक ! जमिनी जिरायती किंवा मोसमी पावसावर अवलंबून असलेल्या. दरवर्षी वेळेवर पाऊस पडेलच हे नक्की नसे. पाऊस पडला तरी भरघोस पिके येतीलच असे नाही, पिके आली तरी बाजारभाव मिळायचा नाही,

त्यातच सरकारकडे कर तर भरावाच लागे. कर भरला गेला नाही, तर जमिनींचा लिलाव होत असे. जमीन लिलावात गेली, तर खायचे काय? हिंदुस्थानातील शेतकऱ्यांची स्थिती ज्या निरनिराळ्या गोष्टींवर अवलंबून होती त्यातील मुख्य म्हणजे पाऊसपाणी, पिकाचे भाव व सरकारी सारा वसूल करण्याची मर्यादा व पद्धती या होत. अर्थात जमीन महसूलविषयक सरकारी धोरण, हे शेतकऱ्यांच्या दृष्टीने फार महत्त्वाचे समजले जाई. पण आपले गाऱ्हाणे सांगायचे कुणाला? स्वातंत्र्य चळवळी दडपण्यासाठी ब्रिटिशांनी दडपशाहीचा वरवंटा या काळात जोरात फिरवायला सुरवात केली होती. एकंदरीतच त्या काळातील राजकीय, सामाजिक, आर्थिक घडामोडींचा, या घडामोडींशी निगडित दैनंदिन जीवनाचा विचार करता, परिस्थिती फारच अवघड होती. कोणतेही विचारस्वातंत्र्य; तसेच भाषण, लेखन, मत यांचे स्वातंत्र्य सरकारने कोणालाही बहाल केले नव्हते. १९२३ च्या कायद्यानुसार रस्ते दुरुस्ती, विहीर दुरुस्ती, सार्वजनिक इमारती, रस्त्याच्या कडेचे वृक्षारोपण या सर्वांचा खर्च जर ३००० रुपयांपेक्षा जास्त येत असेल, तर ब्रिटिश सरकारने नेमलेल्या सार्वजनिक अभियंत्याची परवानगी मिळवावी लागे व नंतर ते काम करावे लागे. अशा रीतीने अतिशय काटेकोर आणि कडक बंधनांमध्ये ब्रिटिश सरकारच्या अखत्यारीत तेव्हा काम करावे लागे.

याच कठीण काळामध्ये बाई-आबा शेतकरी जनतेच्या, सर्वसामान्यांच्या मदतीला आले. बाई शेतकऱ्यांच्या जमिनी लिलावात जाऊ देत नसत. अंमलदार बाईंचे ऐकायचे. बाई स्वतः अशा वेळी घरोघरी फिरून बघत असत. स्वकक्षेतून जेवढा निधी मिळवता येईल, जेवढ्या गोष्टी मिळवता येतील तेवढ्या त्या मंजूर करवून घेत असत. गोरगरिबांना धान्यरूपाने, आर्थिक काही मदत करता येते आहे का, हे

त्या पाहत असत.

प्रत्येकच मनुष्य 'माणूस' म्हणूनच जगतो आणि 'माणूस' म्हणूनच मरण पावतो; पण या जन्ममृत्यूच्या मधले त्याचे जिणे 'माणूस' म्हणून असतेच असे नाही ! प्रत्येकच माणसातील माणुसकी ही सागरातील थेंबासारखीच असते, ती अर्थहीन नक्कीच नसते. या विराट जाणिवेच्या सागरातील प्रत्येक थेंबाला अस्तित्व आहे, या थेंबामुळेच सागराला बळ आहे, पण माणसातील माणुसकीला अर्थ प्राप्त करून देणारेच फक्त 'माणूस' म्हणून गणले जातात. बाई म्हणजे या विराट सागरातील एक थेंबच होत; पण त्यांनी स्वतःतल्या माणुसकीचा वापर इंग्रजांना माणसात आणण्यासाठी अशा प्रकारे केला, की त्या सागरालाही या थेंबाच्या अस्तित्वाची जाणीव ठेवावीच लागली ! एकट्या स्त्रीचे नेतृत्व, कर्तृत्ववान व्यक्तिमत्त्व, विविध विषयांवरील विद्वत्तापूर्ण वक्तृत्व लोकल बोर्डाच्या कार्यातून पुढील चौदा वर्षे झळकत राहिले. लोकल बोर्डाच्या कामामध्ये झोकून देताना वैयक्तिक जीवनातील अडचणींचे, आपत्तींचे बाईंनी कधी भांडवल केलेले दिसत नाही. लोकांना क्षणाचेही दुःख नको असते, सतत सुखाची अपेक्षा असते; पण बाईंनी असा विचार करून कधीच वाटचाल केलेली दिसत नाही. त्यांच्या मते, 'जीवनातील आशा - निराशेचे, सुख-दुःखाचे क्षण हे आपली अनुभवसंपन्नताच वाढवीत असतात.'

बाई सदस्या असताना श्री. शंकरराव मोरे हे लोकल बोर्डाचे अध्यक्ष होते. अतिशय निस्पृह व कडक शिस्तीचे व्यक्तिमत्त्व ! शेतकऱ्यांचे प्रश्न व प्राथमिक शिक्षणाच्या समस्यांशी निगडित बाबींचा शंकररावांनी व्यापक अभ्यास केलेला होता. तत्कालीन मुंबई प्रांताच्या राजकारणात श्री. शंकरराव मोरे, श्री. केशवराव जेधे, श्री. काकासाहेब गाडगीळ या नावांचा दबदबा असे. श्री. शंकरराव मोरे व श्री. केशवराव जेधे ही

जोडगोळी सत्यशोधक समाजाच्याही कार्यात सहभागी असे. बोर्डातील कामकाजाच्या निमित्ताने अशा मोठमोठ्या नेत्यांशी बाईंचा संपर्क येऊ लागला. या नेत्यांच्या देशाभिमानाने भारलेल्या व्यक्तिमत्त्वाचा बाईंच्या मनावर विलक्षण प्रभाव पडू लागला. आजूबाजूचे लोक आपल्या मुलांना कशा पद्धतीने शिक्षण देताहेत, आपण काय केले पाहिजे, हे घराबाहेरचे जग त्या उघड्या डोळ्यांनी जाणून घेऊ लागल्या आणि या गोष्टी मुलांच्या मनावर बिंबविण्याचा हर प्रकारे प्रयत्न करू लागल्या. सार्वजनिक पैशाच्या वापराबाबत त्यावेळच्या राजकीय धुरीणांची नीतिमत्ता किती उच्च दर्जाची होती, याबाबतची एक आठवण.

श्री. शंकरराव मोरे कामानिमित्त फिरतीवर गेले तर जाताना आपला घरचा जेवणाचा डबा घेऊन जात असत, कंत्राटदारांच्या पैशाने पंचतारांकित हॉटेलमधून चमचमीत जेवणावर 'हात मारण्याची' संस्कृती त्यांच्या जवळपासही फिरकू शकत नव्हती. एकदा असे झाले, बाई बोर्डाच्या बैठकीसाठी बारामतीहून बसने पुण्याला आल्या. बस थोडी उशिराच पोचली. बाईंना बैठकीच्या हॉलमध्ये पोचण्यास फारतर वीस एक मिनिटेच उशीर झाला असेल; परंतु त्या दिवशी बडोदा नरेश सयाजीराव महाराजांचे दुःखद निधन झाल्याची बातमी आल्यामुळे अध्यक्षांनी फक्त शोकप्रस्ताव मांडून इतर कोणतेही कामकाज न करता सभेचे विसर्जन केल्यामुळे, सभा विसर्जित व्हायला आणि बाईंनी हॉलमध्ये पाऊल ठेवायला एकच गाठ पडली. तेव्हा बाईंना उद्देशून शंकरराव म्हणाले, 'शारदाबाई, तुम्ही बैठकीसाठी बारामतीहून आलेल्या आहात खऱ्या, परंतु बैठक संपण्याच्या वेळी तुम्ही हॉलमध्ये पोहोचल्यामुळे तुम्हाला जाण्या-येण्याचा अगर दैनंदिन भत्ता मिळणार नाही.' बाईंनी त्यांना उत्तर दिले, 'मला देखील हेच अभिप्रेत होते.' या नीतिमत्तेची आज नावनिशाणी देखील शिल्लक राहिलेली नाही !

बाईंना शंकररावांच्या कडक धोरणाचा व सार्वजनिक शिस्तीचा फार जवळून अभ्यास करण्यास मिळाला. यातील एक उदाहरण म्हणजे, एकदा एका ओव्हरसियरने कोपरे व हडपसर मांजरी रस्त्याच्या कामातील टेंडरमध्ये अनाधिकाराने जादा कामे मागाहून घातल्याचा आरोप होता. या कृत्यामुळे श्री. शंकरराव मोरे यांनी ओव्हरसियरचा तत्काळ राजीनामा घेतला. या निःस्पृहतेचे उदाहरण आता शोधूनही सापडणे अवघड झाले आहे! सार्वजनिक पैशाच्या काटेकोर वापराबाबत बाई आग्रही असत. आज त्या हयात असत्या, तर सध्याचे राज्यकर्ते आणि राजकीय नेते ज्या बेदरकारपणे सार्वजनिक पैशाची उधळपट्टी करीत आहेत, ते पाहून नक्कीच दुःखी झाल्या असत्या.

१९३८ च्या ऑगस्टमध्ये पुण्यात लॉर्ड रे म्युझियमतर्फे औद्योगिक प्रदर्शन भरणार होते. बाईंनी असे मत मांडले, की या औद्योगिक प्रदर्शनात शेती प्रदर्शनही भरविण्यात यावे आणि उत्तम ठरणाऱ्या शेतकीविषयक जिनसेस पन्नास रुपये रकमेचे रोख बक्षीसही ठेवावे. लोकल बोर्डाने त्यांच्या मतानुसार ही योजना जाहीर केली.

पंचायत कमिटीच्या सभासद म्हणून १९३९ मध्ये बाईंची नेमणूक करण्यात आली. यावेळी बाईंनी मौजे वाक येथील शाळेत इयत्ता १ ली व २ री या वर्गांसाठी 'बेसिक एज्युकेशन' या योजनेची आग्रही मागणी केली. चतुर्थ श्रेणी कर्मचाऱ्यांचे कौटुंबिक प्रश्न जाणून घेताना, त्यांना मदत करताना मात्र बाईंचे हळवे संवेदनशील रूप पाहावयास मिळे. खेड पंचायतीतील दिवाबत्तीसाठीची व नोकरवर्गाच्या पगाराची रक्कम वाढवण्याची शिफारस त्यामुळेच त्यांनी केली.

स्वातंत्र्य चळवळीदरम्यान, महात्मा गांधींच्या विचारसरणीनुसार, सूतकताई आणि खादीचा वापर हा विधायक कार्यक्रमाचा एक भाग होता. बाई स्वतः चरख्यावर सूत काढीत. नेहमी खादीची साडी वापरत.

बाई स्वतः बारामतीतील राष्ट्र सेवा दलामध्ये कार्यरत होत्या. मुलांवरही राष्ट्रनिष्ठा, सामाजिक समता, मानवतावाद या श्रेष्ठ मूल्यांचे संस्कार व्हावेत, यासाठी त्यांनी मुले थोडी मोठी झाल्यावर त्यांना राष्ट्र सेवा दलात पाठविण्यास सुरवात केली.

१९४१ मध्ये जातिधर्मनिरपेक्ष संघटना उभारून तरुणांना स्वातंत्र्य चळवळीत आणले पाहिजे, असे वाटणारे ना. ग. गोरे, शिरुभाऊ लिमये, एस. एम. जोशी यांसारख्या कार्यकर्त्यांची बैठक होऊन राष्ट्रसेवा दल ही संघटना स्थापन करण्याचा निर्णय घेण्यात आला. एस.एम. जोशी हे राष्ट्र सेवा दलाचे प्रमुख म्हणून नेमण्यात आले. सेवादलामध्ये कवायत, शिस्तीत लाठी चालविणे वगैरे मैदानी कार्यक्रम घेतले जात, खेड्यापाड्यांतून शिबिरे घेतली जात. शिबिरांमध्ये सर्व प्रकारची कवायत, लेझीम, झेंडावंदन इत्यादी शिक्षण दिले जाई. सेवा दलात एकाच मैदानावर मुलींची आणि मुलांची शाखा घेतली जात असे. स्त्रियांना समानतेची वागणूक दिली पाहिजे, हा संस्कार केला जात असे. अप्पासाहेब बारामतीतील सेवा दलाचे प्रमुख होते. अप्पासाहेबांनीच सेवा दलाचे पहिले काम सुरू केले. घरात सामान वगैरे ठेवायला काहीच अडचण नव्हती. अप्पासाहेबांबरोबर इतर भावंडेही सेवा दलात जात असत. त्यात थोरल्या बहिणीही असत.

पवारांचे घर म्हणजे मंतरलेले घर म्हणायला काही हरकत नाही. ते कायम राष्ट्रप्रेमाने, देशभक्तीने भारलेले असे. पुढे एकदा असे झाले, २६ जानेवारीच्या दिवशी बाईंची नातवंडे रजनी, नीता, विजया, अजित, श्रीनिवास झेंडावंदनला गेले नाहीत, काहीतरी खेळत घरातच बसले. शरदराव झेंडावंदन करून आले. त्यांच्या लक्षात आले, की मंडळी झेंडावंदनला न जाता घरातच बसली आहेत. ते खूप चिडले आणि एकच वाक्य सुनावले, 'ज्या स्वातंत्र्यवीरांनी देशासाठी बलिदान केले, त्यांना

एक दिवस श्रद्धांजली तरी वाहा, बाकी काही केले नाही तरी-'

१९६२ मध्ये भारतावर चीनचे आक्रमण झाले. शरदराव यांनी आक्रमणाच्या निषेधार्थ विद्यार्थ्यांचा प्रचंड मोर्चा काढला. आपल्या देशावर आक्रमण झाले. याबद्दलचा द्वेष व दुःख त्यांच्या मनात होते. जेव्हा देशाला मान खाली घालायची पाळी येते, तेव्हा ते दुःखी होतात. काही तासांच्या अवधीत मोर्चासाठी हजारो विद्यार्थी गोळा झाले होते. हा मोर्चा घेऊन ते शनिवारवाड्यावर गेले, काकासाहेब गाडगीळ या सभेचे अध्यक्ष होते. याच सभेत शरदराव यांचे पहिले जाहीर भाषण झाले.

दुसरे जागतिक महायुद्ध सुरू झाले. १ सप्टेंबर १९३९ रोजी नाझी फौजा विद्युत वेगाने पोलंडमध्ये शिरल्या. नाझी भस्मासुराचे हे आव्हान इंग्लंडने स्वीकारले. ३ सप्टेंबर रोजी इंग्लंडने जर्मनीविरुद्ध युद्धाची घोषणा केली. त्याच अनुरोधाने त्याच दिवशी हिंदुस्थानचे गव्हर्नर जनरल लॉर्ड लिनलिथगो यांनी हिंदुस्थानही युद्धात सामील झाले असल्याची घोषणा एका पत्रकाद्वारे केली आणि भविष्यात हिंदुस्थानला वसाहतिक स्वराज्य देण्यास इंग्लंड वचनबद्ध असल्याचाही पुनरुच्चार केला. या घोषणेमुळे ब्रिटिश राज्यकर्ते भारताच्या राजकीय भवितव्याबाबत पुढे पाऊल टाकायला तयार नाहीत, याबद्दलची काँग्रेसची खात्री झाली. काँग्रेसने या घोषणेची संभावना 'चिरपरिचित साम्राज्यवादी धोरणाची पुनरुक्ती' अशी केली. राज्यकर्त्यांची ताठर व दुराग्रही भूमिका पुन्हा एकदा अनुभवाला आल्यामुळे, काँग्रेसने ब्रिटिश युद्धकार्याला हातभार लावायचा नाही, हे निश्चित केले. लागलीच काँग्रेस कार्यकारिणीने ब्रिटिश धोरणाचा निषेध म्हणून केंद्रीय व प्रांतिक कायदेमंडळातील काँग्रेस सदस्यांनी राजीनामे द्यावेत असा ठराव केला, त्याप्रमाणे आठही प्रांतांतील काँग्रेस मंत्रिमंडळाने राजीनामे दिले. आठ ऑगस्ट १९३९ च्या सभेमध्ये बाईंनी ताकदीचे भाषण केले. त्यामध्ये त्या

म्हणाल्या, 'मुंबई मंत्रिमंडळाने दिलेल्या राजीनाम्याबद्दल हे बोर्ड त्यांचे अंतःकरणपूर्वक अभिनंदन करीत आहे. १९३५ चा सुधारणेचा कायदा हा कुचकामाचा असलेमुळे, त्याअन्वये अमलात आलेली घटना भंग करण्याचा आपला मनोदय जाहीर करून राष्ट्रीय सभेने १९३७ मध्ये अधिकार स्वीकार केला होता. त्याप्रमाणे मंत्रिमंडळास राजीनामे देण्यास सांगून व ठिकठिकाणच्या गव्हर्नरास १९३५ च्या कायद्याने अमलात आलेली घटना तहकूब करण्यास लावून घटनाभंगाचे जनतेला दिलेले आश्वासन राष्ट्रीय सभेने योग्य तऱ्हेने पाळले आहे. त्याचप्रमाणे हिंदुस्थानातील अल्पसंख्याकांना व हरिजनांना ज्या घटनेत योग्य तऱ्हेचे संरक्षण देण्यात येईल, अशा तऱ्हेची घटना त्यांच्या संमतीने स्वयंनिर्णयाचे तत्त्वावर बसविणेचा या देशास हक्क आहे. हा हक्क प्रस्थापित करून तो मान्य करून घेण्यासाठी महात्मा गांधींच्या नेतृत्वाखाली राष्ट्रीय सभा जो कार्यक्रम आखील, त्या कार्यक्रमात या जिल्ह्यातील शेतकरी व इतर वर्ग अत्याचारी व अहिंसापूर्ण तऱ्हेने हार्दिक भाग घेऊन स्वातंत्र्यसंपादनाचा लढा यशस्वी करण्यास सर्वतोपरी मदत करतील, अशी या बोर्डातर्फे राष्ट्रीय सभेस ग्वाही देण्यात येत आहे.'

समाजाच्या दृष्टीने चांगल्या असणाऱ्या धोरणात्मक गोष्टी बाई सरकार दरबारी पोचवत असत. शेतकऱ्यांच्या अडीअडचणी, गोरगरिबांची गाऱ्हाणी समजावून घेत. त्यावरचे उपाय, निर्णय सरकारपुढे मांडत असत. दुष्काळी परिस्थितीत, मंदीच्या काळात बाई घरोघरी फिरून महिलांना समजावून सांगत असत.

संस्कार, संस्कृती आणि राजकारणातील बाईंचे कार्य म्हणजे नंदादीपाप्रमाणे समाजाला मिळालेला प्रकाशच जणू! सरकारच्या शेतीविषयक, धान्यनियंत्रणविषयक धोरणांच्या बाबतीत बाई सडेतोड विचार मांडत. दुसऱ्या महायुद्धाचे प्रत्यक्षाप्रत्यक्ष परिणाम भारताच्या

तसेच महाराष्ट्राच्या राजकीय, सामाजिक, आर्थिक घडामोडींवर झाल्याचे दिसून येते. या युद्धादरम्यान अन्नधान्याचा तुटवडा तीव्रतेने भासू लागला. अन्नाची प्रत्यक्ष टंचाई हिंदुस्थानात कधीच भासणार नाही, असा समज युद्धाच्या पूर्वकालीन ब्रिटिश सरकारचा होता. ब्रह्मदेशातून तांदळाची आयात थांबणार अशी चिन्हे दिसू लागल्यावरच या प्रश्नाकडे सरकारचे लक्ष वेधले. अन्नप्रश्नाकडे झालेले दुर्लक्ष, हे धान्याचे सुरवातीचे भावनियंत्रण व गव्हाचे वाटप या बाबतच्या ढिलाईच्या धोरणावरून स्पष्ट होते आणि देशाची धान्यपुरवठ्याबाबतची दुःस्थिती सरकारच्या लक्षात येण्याच्या आधीच बंगालच्या दुष्काळाची भीषण आपत्ती कोसळली. या सर्वांचा परिणाम म्हणजे अन्नधान्यांचे भाव वाढले. अन्नधान्यांच्या भावात जबर वाढ झाल्यामुळे गरीब लोक अन्नाला मोताद झाले. त्यातच ब्रिटिश सरकारने शेतकऱ्यांकडून सक्तीने धान्य वसूल करण्याच्या लेव्ही पद्धतीचा अवलंब करण्यास सुरवात केली. अतिवृष्टीने पिकांचे मोठे नुकसान झाले होते, तरीही त्यांना लेव्हीचे धान्य द्यावे लागणार होते. लेव्हीच्या या धोरणाबाबत सूचना करताना बाईंनी आपले म्हणणे स्पष्टपणे सर्वांसमोर मांडले, 'लेव्हीच्या टेबलांत दुरुस्ती करावी. शेतकऱ्यांचे कुटुंबातील माणसांना व त्यांच्यावर अवलंबून असणाऱ्या माणसांना वर्षभर पुरेसे धान्य तसेच बी-बियाणे ठेवून राहिलेले धान्य खरेदी करण्यात यावे. अतिवृष्टी, रोगराई व अवेळी पाऊस यामुळे पिकांची झालेली नुकसानी लक्षात घेऊन सरकारने सरसकट जिराईत व बागाईत लेव्ही ५० टक्के वसुलीत कपात करावी. शेतावरील मजुरांनाही पुरेसे धान्य त्या त्या शेतकऱ्याकडे ठेवून मग धान्य खरेदी करावी. हल्ली ग्रामीण भागात माणशी अडीचशे धान्य आठवड्यास मिळते, ते अगदीच अपुरे असून, हा वर्ग सर्वस्वी श्रमजीवी असल्याने त्यांना आठवड्यास चार शेर धान्य मिळावे. हल्ली द्यावी लागत असणारी मजुरी, बी-बियाणे,

शेतीची आयुधे मिळवणेसाठी पडत असलेला जादा खर्च यामुळे धान्य उत्पादन बरेच मागे पडते. शेतकरीवर्गावर कर्जाचा बोजा बराच वाढला आहे. लढाईमुळे व सरकारने चलनाची भरमसाट वाढ केल्यामुळे धान्य व इतर सर्व वस्तूंचे भाव बेसुमार वाढले आहेत. या परिस्थितीमुळे शेतीसाठी व जीवनासाठी आवश्यक अशा सर्व वस्तूंचे भाव फारच वाढले आहेत. बिगर शेतीच्या धंद्यातील सर्व लोकांस मनमुराद भावाने आपला व्यापार करण्याची सवलत असताना, केवळ शेतकऱ्यांवर अशी बंधने घालणे हे अन्यायाचे आहे, तरी शेतकऱ्याकडून विकत घ्यावयाच्या धान्याचे भाव योग्य प्रमाणात वाढवावेत. सरकारने सक्तीच्या खरेदीचे जे नवे धोरण आखले आहे, त्याची उभारणी आणेवारीच्या पायावर केली आहे. आणेवारी वाजवीपेक्षा जास्त दाखवते ही जनतेची तक्रार आहे.'

उत्तुंग व्यक्तिमत्त्वे परिस्थिती बदलवण्यासाठी व चांगले कार्य घडविण्यासाठी कसा प्रयत्न करीत राहतात, याचाच हा आदर्श नमुना होय. बाईंना चौफेर आणि सखोल वाचनाची आवड होती. त्यांचे वाचन विविध विषयांमध्ये होत असे. वेगवेगळ्या विषयांची पुस्तके वाचून, मुद्देसूद टिपणे काढूनच त्या सभेमध्ये भाषण करायच्या. वर्तमानपत्रांतून चालू घडामोडींचा अभ्यास करून, अभ्यासपूर्ण निर्णय मांडायच्या. बाईचे शब्द विचारपूर्वक बरसत असत. बाई बैठकीला येण्याअगोदर खूप तयारी करून येत असत. बैठकीत बोलण्याच्या विषयाशी निगडित टिपणे काढीत, आणि मगच सभेला येत. त्यामुळे त्यांच्या वक्तृत्वाला अभ्यासाची एक वेगळीच खोली असे. सभेत एखाद्या ठरावाला विरोधही करू शकत असत. काँग्रेस पक्षातल्या दिग्गज नेत्यांशी वैचारिक देवाण-घेवाण करण्याची त्यांना संधी मिळाली. बाई कधीही वायफळ गप्पांमध्ये वेळ घालवत नसत, कोणाशीही उगाचच वाद घालत नसत,

की विरोधासाठी विरोधही करीत नसत. बाई म्हणायच्या, 'समोरच्याची कुवत ओळखून वाद घालायचा, एखादा मूर्ख म्हणाला घोड्याला तीन पाय असतात तर उलट त्याला म्हणायचे, तू म्हणतोयस म्हणजे बरोबरच असणार, म्हणून सोडून द्यावे; पण विनाकारण कोणाशीही वाद घालत बसू नये; तसेच ज्या गोष्टीचा किंवा ज्या व्यक्तीचा विचार न केल्याने फार काही फरक पडत नाही, त्यांचा फारसा विचारही करू नये.'

खरे तर, या गोष्टी आचरणात आणण्यासाठी किती साध्या, सोप्या आहेत; पण त्यामागचा मथितार्थ किती तरी पटींनी मोठा आहे. सर्व पवार कुटुंबाचे सार्वजनिक जीवनातील वागण्या-बोलण्याचे रहस्य कदाचित बाईंच्या या भूमिकेशी सुसंगत असावे. शरदरावांमध्ये भल्या-भल्यांना अचंबित करणारा सर्वांत मोठा कोणता गुण असेल, तर तो म्हणजे संयम ! राजकीय जीवनात कितीही विपरीत परिस्थिती येवो किंवा त्यांच्या विरोधात वारे असोत, त्यांचा संयम ढळलेला कधी कोणी पाहिला नाही. दुसऱ्याबद्दल ते कधीही वाईट बोलत नाहीत, कोणाचीही व्यक्तिगत निंदानालस्ती त्यांनी सार्वजनिक जीवनात केव्हाही केलेली नाही. महाराष्ट्रामधील एका राजकीय व्यक्तीने व एका अधिकाऱ्याने शरदरावांबद्दल व्यक्तिगत आकसापोटी अनेक आरोप केले होते. या व्यक्तीबाबत अनेक पुरावे कार्यकर्त्यांनी शरदरावांकडे आणून दिलेले होते; परंतु शरदरावांनी एकही वाईट शब्द उच्चारलेला किंवा त्या आरोपांना प्रत्युत्तर देण्यात, वेळ घालवलेला कोणाला आठवत नाही. खरोखरीच हा मनाचा मोठेपणा आहे. एवढेच काय, एखादा कार्यकर्ता दुसऱ्याबद्दल वैयक्तिक टीका करत असेल तरी शरदरावांना आवडत नाही. त्यांना ते मध्येच थांबवतील व म्हणतील, ''तुमच्याबद्दल किंवा तुमच्या कामाबद्दल बोला.''

आपली विवेकबुद्धी सोडून ते कोणाबद्दल कधीही बोललेले

नाहीत; पण योग्य ठिकाणी आपली प्रांजळ व सुस्पष्ट वेगळी मते बोलून दाखवण्याचे धाडसी कसब नक्कीच वेळोवेळी दाखवले आहे. त्यांच्या भाषणांमधून कधीही कोणाबद्दल उथळ वक्तव्ये नसतात, तर सद्यःपरिस्थितीवर अभ्यासपूर्ण आकडेवारीसह विश्लेषणात्मक - धोरणात्मक निर्णयांची सहजसुंदर मांडणी केलेली आढळून येते. खरे तर, घडलेल्या गोष्टींचा विचार करताना खरोखरी वाटून जाते, की शरदरावांवरचा एक तरी आरोप सिद्ध करता आला काय? शरदरावांवर विनाकारण खोटे आरोप करून त्यांनी स्वतःचाच खुजेपणाच सिद्ध तर केला; पण जनतेची फसवणूकही केली. परिणामतः शरदरावांच्या सत्तेत नसण्याने महाराष्ट्राचीच कधीही न भरून निघणारी हानी झाली; पण स्वतः शरदरावांनी मात्र या सर्व गोष्टींकडे कमालीच्या संयमाने बघितल्याचे जाणवते. ते स्वार्थासाठी राजकारण करणारे नाहीत; तर विकासाचे समाजकारण राबविणारे कर्तबगार दूरदृष्टी असलेले द्रष्टे नेते आहेत.

परिस्थितीला, लोकांना जिंकून घेत पुढे जाणे बाईंना माहिती होते; पण तरीही बाईंच्या मनामध्ये सतत खंत असायची, की जिल्ह्याची ही यंत्रणा ज्या पद्धतीने 'सर्वांगीण विकास यंत्रणा' म्हणून वापरली गेली पाहिजे, त्या पद्धतीने वापरली जात नाही. शेतीसाठी पाणी योजना राबविण्यासाठी, शेती सुधारण्यासाठी या यंत्रणेचा पुरेपूर उपयोग करण्याची गरज आहे, असे त्यांना वाटे. सहकारीवर्गाकडून तशी फारशी मदत होत नाही, असे त्या म्हणायच्या. जिल्ह्याची ही यंत्रणा समाजाभिमुख, विकासाला अनुकूल बनविण्याची कल्पनाच बाईंच्या मनाच्या शुद्धतेचे आणि विचारांच्या सखोलतेचे, पारदर्शकतेचे द्योतक आहे. शेतकऱ्यांच्या आणि गोरगरीब जनतेच्या प्रश्नांसंबंधीची त्यांची जाण निश्चितच कौतुकास्पद होती.

काटेवाडीसारख्या गावात तेव्हा निम्मा भाग दुष्काळी; तर निम्मा

भाग बागायती होता; पाण्याच्या योजना काही प्रमाणात झालेल्या होत्या, तरी शेतीला पाणी द्यायचे म्हणजे पाणीपट्टी द्यावी लागायची. पाणीपट्टी देण्याची शेतकऱ्याची आर्थिक स्थिती नसायची. शेतीत उत्पन्नच नसायचे, तर पाणीपट्टी कुठून देणार? धान्याच्या बाजारभावावर शेतकऱ्याची आर्थिक स्थिती बरीच अवलंबून होती. शेतकऱ्यांच्या मालाला भाव नसल्याने अतिशय बिकट परिस्थिती होती. जुन्या काळी जरी खेड्याच्या बाहेर फारसा व्यवहार करण्यात येत नव्हता आणि त्यामुळे जरी पैशाची फारशी जरुरी शेतकऱ्यास भासत नसे, तरी शेतसाऱ्याची रक्कम पैशांतच निश्चित केली असल्यामुळे व साऱ्याची वसुलीही पैशाच्या रूपानेच होत असल्यामुळे निदान शेतसारा भरण्यापुरता तरी पैसा त्याला उभारावाच लागे. या सर्व गोष्टींचा अभ्यास करून त्या आपली मते भाषणाद्वारे सरकारपुढे मांडायच्या. कॅनॉलवरची पाणीपट्टी कमी केली पाहिजे, पाणीपट्टी कशा पद्धतीने बसवली पाहिजे, लोकल कर कमीच असला पाहिजे, शेतमालाचे भाव सारखे खालावत असल्यास शेतकऱ्यांची स्थिती हालाखीची होते, त्यामुळे शेतसारा भरणे कठीण जाते, असे त्यांचे म्हणणे असे. त्यावेळी गूळ जायचा दोन किंवा तीन रुपये क्विंटल; पण गुळावरही कर असायचा दीड रुपया वगैरे. शेतकऱ्यांची कर भरण्याची परिस्थिती नसायची. ते बाईंकडे येत. बाई जातीने लक्ष घालून शेतकऱ्यांचे कर कमी करून देत.

अतिशय प्रसिद्धिपराङ्‌मुख राहून बाई, अखंडपणे, अविरतपणे हे कार्य करीत राहिल्या. बाई सामाजिक बांधिलकी मानणाऱ्या होत्या. समाजकल्याणासाठी कार्यरत राहणाऱ्या कर्मयोगिनी होत्या. जीवनाचा सामाजिक आशय ओळखून व सांभाळून त्या कर्म करीत राहिल्या. स्वतः शेती करीत होत्या. दुष्काळामुळे अतिवृष्टीमुळे पिकांचे होणारे नुकसान जाणत होत्या. लोकल बोर्डाच्या माध्यमातून लोकांच्या या

समस्यांना वाचा फोडून, समाजऋणाचा वाटा त्या उचलत राहिल्या. बाईंची भाषणे म्हणजे सभोवतालच्या परिस्थितीचे बुद्धिवैभवाने ओतप्रोत भरलेले चिंतन असे.

जनतेला वारंवार दुष्काळाला तोंड द्यावे लागे. जमीन कोरडवाहू आणि त्यातच दुष्काळ, त्यामुळे जनतेचे हाल होत असत. लोकल बोर्डातर्फे दुष्काळनिवारणाच्या विचारविनिमयासाठी सभा बोलावली होती, त्यावेळी बाईंनी मांडलेले विचार असेः 'पुणे जिल्ह्यात वारंवार दुष्काळ पडत असतो. सबब या परिस्थितीला तोंड देण्यासाठी बोर्डाने आपला एक फेमिन फंड कायम ठेवावा. त्यासाठी ५० हजार रुपयांची रक्कम असावी व सुरवातीला तालुका लोकल बोर्डाकडून आलेली रक्कम जी डिपॉझिट सदरी दाखवली आहे, ती या फंडात सामील करावी व जी कमी पडेल ती क्रमाक्रमाने बोर्डाने इतर बाबींतून द्यावी. सदर रकमेतून दुष्काळाखेरीज इतर बाबींवर खर्च करू नये व एखादे वर्षी दुष्काळी कामांवर यातून जी रक्कम खर्च होईल, ती बोर्डाने शक्यतो लवकर सदर फंडात सामील करावी.'

यातील काही रकमेचा विनियोग बाईंनी स्वतःच्या देखरेखीखाली खरपुडी बुद्रुक येथील कामांसाठी केला. या कामांमध्ये प्रामुख्याने झाडांची राखण, चरांचे पायखाने, नदीचा घाट, हौद, रस्ता तयार करणे व व्यायामशाळेचे बांधकाम यांचा समावेश केला गेला.

अतिशय अचूकतेने व बारकाईने सभोवतालच्या वातावरणाचे समस्येचे परीक्षण करून, इंग्रजांच्या निर्णयांना त्या सडेतोड आव्हान देत. फेब्रुवारी १९४३ मध्ये जिल्हा धान्यबंदी घालण्यात आली होती. दुसऱ्या जिल्ह्यातील धान्य वगैरे माल पुणे जिल्ह्यात आणण्यासंबंधी सरकारने जे नियंत्रण घातले होते, ते दूर करण्याकरिता लोकल बोर्डाच्या मिटिंगमध्ये बाईंनी मांडलेले विचार याप्रमाणे : 'पुणे जिल्ह्यात आरंभी पाऊस बरा

पडला; परंतु मागाहून जरूर तेव्हा पाऊस न पडल्यामुळे ज्वारी, बाजरी, गहू, तांदूळ वगैरे पिकांवर त्याचा परिणाम झाला व ती कमी आली. जिल्ह्यात काही ठिकाणी आलेल्या बाजरीवर कीड पडली. त्यामुळे ती बाजरी निरुपयोगी झाली. अशा स्थितीत लोकांना खाण्यास धान्य नाही. शेजारच्या नगर, नाशिक, सोलापूर, सातारा, कुलाबा वगैरे जिल्ह्यांतून पूर्वी या जिल्ह्यातील निरनिराळ्या तालुक्यांत धान्य येत असे. त्यास बंदी झाली, त्यामुळे लोकांच्या हलाखीत आणखी भर पडली. पूर्वीप्रमाणे शेजारील सर्व जिल्ह्यांतून या जिल्ह्यांत धान्य येऊ न दिल्यास लोकांची अडचण अतिशय वाढणार आहे. तरी नगर, नाशिक, सोलापूर, सातारा, कुलाबा वगैरे जिल्ह्यांतून येणाऱ्या धान्यावरील बंदी उठविण्यात यावी. पाऊस न पडल्यामुळे पुणे जिल्ह्यातील पूर्व भागात ज्वारीच्या पेरण्या झाल्या नाहीत. जी थोडीबहुत बाजरी ठिकठिकाणी झाली, ती एका तालुक्यातून दुसऱ्या तालुक्यांत नेण्यास बंदी करण्यात येत आहे; तसेच शेजारच्या जिल्ह्यातून या जिल्ह्यात धान्य आणण्यास बंदी आहे, त्यामुळे या जिल्ह्यांतील लोकांस जीवनास अत्यंत जरूर असे धान्य मिळेनासे झाले आहे. तालुकानिहाय व जिल्हानिहाय वाहतुकीस असलेली ही बंदी उठविण्यात यावी. धान्यनिर्मिती व वाटप यासाठी सबंध पुणे जिल्हा हा एक गट समजणेत यावा व तेथील धान्य जरुरीप्रमाणे जिल्ह्यातील कोणत्याही तालुक्यात नेण्यास मोकळीक असावी. पुणे जिल्ह्याच्या भोवतालच्या जिल्ह्यातून या जिल्ह्यात धान्य वगैरे येणाऱ्या जिनसांवरील बंदी ताबडतोब उठविण्यात यावी, त्याप्रमाणेच सरकारने पुणे जिल्ह्यात विकल्या जाणाऱ्या भाजीपाल्याच्या भावांवार नुकतेच नियंत्रण बसविले आहे, त्यामुळे भाजीपाला उत्पादन करणाऱ्या शेतकऱ्यांच्या आर्थिक परिस्थितीवर परिणाम होणार आहे, तरी हे नियंत्रण उठविण्यात यावे.'

अन्यायाविरुद्ध लढण्याचे नैतिक, मानसिक बळ बाईंकडे जात्याच

होते. स्वतःच्या कामाशी प्रतारणा न करता उपलब्ध साधनसामग्रीच्या आधारे दुसऱ्यांच्या डोळ्यांतील अश्रू पुसण्यासाठी अशा व्यक्ती सदैव कटिबद्ध असतात. बाई त्यातीलच एक. प्रापंचिक अडचणी बाजूला ठेवून बाई दर महिन्याला मिटिंगला येत असत. या काळात एतद्देशीय जनतेला लेखन, भाषण, सभा यांपैकी कोणतेही स्वातंत्र्य नव्हते. अशा वातावरणात ब्रिटिशांमध्ये काम करून त्यांच्याच धोरणांविरुद्ध त्यांच्यासमोर सडेतोड बोलणे हे काही साध्या लढवय्याचे काम असू शकत नाही. जनतेच्या समस्यांचा बारकाईने अभ्यास करून, जनतेचे गाऱ्हाणे बलाढ्य सरकारपुढे मांडणे व त्यांनी ठरवलेल्या धोरणांना त्याच ताकदीने विरोध करणे हे कठीणच होते. एक स्त्री महान योद्ध्यासारखी आपला बुलंद आवाज ब्रिटिश सरकारला ऐकवत होती! कणखरपणे शेतकऱ्यांच्या परिस्थितीची ब्रिटिशांना जाणीव करून देत होती. विचारवंत वैचारिकदृष्ट्या कोलांटउडी मारतानाही दिसतात, प्रस्थापितांविरुद्ध बंड करणारी व्यक्ती अचानक त्या व्यवस्थेचा भाग बनून तिची तरफदारी करताना आढळतात. अशी उदाहरणे त्याकाळी घडत होती. पण बाईंसारख्या व्यक्ती कृतिशीलता हेच जीवनाचे ध्येय मानतात. स्वतःच्या कल्पक दूरदृष्टीने जनतेचे कल्याणच करतात.

जागतिक मंदीच्या पार्श्वभूमीवर सर्व जीवनोपयोगी जिनसांचे भाव भडकू लागले होते. परकीय आयातीमुळे स्वदेशी उद्योगधंद्यांवर उपासमारीची वेळ आली होती. या परिस्थितीचे चटके दुसऱ्या महायुद्धकाळात तर फार तीव्रतेने जाणवू लागले. त्यामुळे स्वदेशी मालाच्या वापराची व स्वदेशी उद्योगधंद्यांना बळकटी देण्याची निकड सर्वांना तीव्रतेने जाणवू लागली. बाईंनी या संदर्भात बोर्डाच्या सभेत एक ठराव आणला. तो म्हणजे, 'पुणे डिस्ट्रिक्ट लोकल बोर्डाचे ऑफिसचे व इतर कामांकरिता लागणारे कार्बन पेपर्स, रिबन्स, स्टँप पॅडस् व इंक

वगैरे माल यापुढे पूर्ण स्वदेशी असलेल्या 'दी भारत कार्बन अँड रिबन्स मॅन्युफॅक्चरिंग कंपनी लि.'चे महाराष्ट्रातील प्रतिनिधी मेसर्स रामचंद्र वाघिरे आणि कं. यांचेकडून चालू बाजारभावाने घेण्यात यावा.'

काटेवाडी परिसरात जनावरे धुडगूस घालायची, शेतीचे नुकसान करायची. मंडळी बाईंकडे तक्रार घेऊन आली. बाईंनी सर्वप्रथम जनावरांचा बंदोबस्त केला. काटेवाडीजवळ मारुतीचे मंदिर आहे, तिथे पूर्वी पत्र्याची शेडदेखील नव्हती. गावकऱ्यांकडे तरी पैसा कुठे होता? गावकऱ्यांनी बाईंपुढे आपले म्हणणे मांडले. बाईंनी स्वतःच्या निधीकक्षातून निधी मिळवून द्यायला मदत केली. मंदिराचा कायापालट केला. मंदिराजवळ आड पाडून दिला. आडावर रहाट बसवून दिला. गावाची पिण्याच्या पाण्याची सोय केली.

बाईंच्या लोकल बोर्डातील चौदा वर्षांच्या कार्यादरम्यान अशी अनेक उदाहरणे घडली. त्यातील एक म्हणजे, संस्थांनी प्रजेच्या चळवळींदरम्यान निझाम राज्यामध्ये हिंदूंना त्यांचे न्याय्य हक्क नाकारण्यात येत आहेत व त्यामुळे बोर्ड निझाम सरकारचा निषेध करीत आहे, असा ठराव मांडला गेला. त्यावर बाईंनी केलेले भाषण असेः 'निझाम राज्यातील दलित प्रजेला तिचे न्याय्य नागरिकत्वाचे हक्क मिळण्याकरिता हिंदुस्थानातील प्रजाहक्कांच्या कैवाऱ्यांनी जी चळवळ चालविली आहे, या कार्यकर्त्यांवर जो जुलूम करण्यात येत आहे, त्याबद्दल निझाम सरकारचा तीव्र निषेध करण्यात येत आहे.'

पब्लिक हेल्थ कमिटीत असताना, बाईंनी एकूण पंधरा दवाखाने सुरू करण्याबाबत परवानगी मिळवली. त्यांतील सात ॲलोपॅथिक व आठ आयुर्वेदिक होते. बारामती येथे जेव्हा प्लेगची साथ आली, तेव्हा बारामती येथे प्लेग हॉस्पिटल उघडण्यासाठी बाईंनी स्वतःच्या अखत्यारीत प्रयत्न केले. एवढेच नाही तर, जे रोगी जिल्हा लोकल

बोर्डाच्या हद्दीतून या हॉस्पिटलमध्ये जातील, त्या रोग्यांचे संख्येचे प्रमाणात या हॉस्पिटलचा खर्च देण्यास बोर्डाची मंजुरी मिळवली.

मुंबई सरकारने मद्यपानबंदीबाबत धोरण जाहीर केले होते. त्यासाठी हार्दिक अभिनंदन व पसंती व्यक्त करताना बाईंनी मांडलेले विचार असेः 'मुंबई सरकारने तीन वर्षांत मुंबई प्रांतात सर्वत्र मद्यपानबंदी करण्याचे जे स्तुत्य धोरण आखले आहे, त्याबद्दल आम्हास अतिशय समाधान वाटत आहे. दारू, ताडी वगैरे मादक द्रव्यांच्या व्यसनाने श्रमजीवी मजूर व शेतकरी यांची स्थिती दिवसेंदिवस अधिक खालावत असून, हजारो कुटुंबे देशोधडीस लागली आहेत व या व्यसनी लोकांच्या बायका-मुलांची पूर्ण वाताहत झाली आहे. सरकारने अवलंबलेल्या मद्यपान बंदीच्या धोरणामुळे, व्यसनाधीन मजूर-शेतकरी वगैरेंची आर्थिक व नैतिक स्थिती खात्रीने सुधारेल, असा आम्हास विश्वास वाटतो. सरकारच्या या अत्यंत लोकोपयोगी धोरणाविरुद्ध चळवळ करणाऱ्या मंडळींत भांडवलदार व त्यांचे हस्तकच विशेष असलेमुळे, त्यांनी बहुजन समाजाच्या हिताविरुद्ध चालविलेल्या चळवळीचा आम्ही निषेध करीत आहोत.' भलेभले नेते बाईंच्या बुद्धिमत्तेपुढे वक्तृत्वापुढे दबकून राहत.

शरदराव लहान असताना, बाई त्यांना खांद्यावर टाकून बैठकीला येत. पुढे शरदरावांनीही बाईंच्या पावलावर पाऊल टाकून समाजकारणच केले. मुंबईत झालेला बॉंबस्फोट असो, नाही तर लातूरचा भूकंप असो, शेतकऱ्यांच्या योग्यतेचे निर्णय असोत, शरदरावांचे द्रष्टेपण, जाणतेपणच सर्वांसमोर येत गेले. फळबाग योजनेचा समावेश रोजगार हमी योजनेत करणे, हे काही एक सरकारी आदेश काढण्यापुरते मर्यादित काम नव्हते. त्यांनी निर्णय घेतला आणि तो अमलात आणला. एखादा निर्णय करताना तो किती जणांशी संबंधित आहे, कोणाचा कल आणि

मत जाणून घेणे गरजेचे आहे, याचे भान त्यांना प्रत्येक वेळी असते. या संबंधातील ज्येष्ठता, अधिकार, राजशिष्टाचार यांचे उल्लंघन ते करीत नाहीत. लोकशाहीतील निर्णयप्रक्रियेचे, कार्यपद्धतीचे महत्त्व आणि प्रतिष्ठा सातत्याने सांभाळणे सोपे नसते. दुसऱ्या कोणाचा अधिकार मानणे अनेकदा अधिकारी आणि यशस्वी व्यक्तींना जड जाते. दुसऱ्याचे मत घेणे म्हणजे अनेकांना कमीपणा वाटतो. शरदरावांच्या लेखी अशा गोष्टींना थारा नाही. शरदरावांचा लौकिक असा आहे, की टेबलावर आलेल्या सर्व फाईल्स स्वतः वाचतात आणि स्वतःच्या हाताने फाईलवर आदेश लिहितात. आवाका आणि कामाचा प्रचंड उरक या गोष्टी बाई आणि शरदरावांमध्ये समान जाणवतात.

बाईंसाठी बैठकीला येणे-जाणे मुळीच सुखकर नसे. वाहनांची नीट सोय नसे. एकदा पाऊस येत होता. बरोबर तान्हे बाळ होते. बाई खासगी बसने येत होत्या. बस मध्येच बंद पडली. त्या बैठकीला वेळेवर पोचू शकल्या नाहीत. अध्यक्षांनी सांगितले, बैठकीचा भत्ता वगैरे काही मिळणार नाही. बाईंना भत्ता मिळणे अपेक्षित नव्हते; तर बैठकीला हजर राहणे गरजेचे वाटत होते. खरे तर असे किती प्रसंग चौदा वर्षांमध्ये बाईंनी निभावले असतील कोणास ठाऊक? बाईंचे अवघे आयुष्यच असे वेगवेगळ्या सुरांनी व्यापलेले आहे. समाजाच्या सुरामध्ये स्वतःचा सूर मिसळून एकसुरी वागावे हे बाईंना कधी ठाऊकच नव्हते. एकसुरी होणे सोपे असते. वेगळा सूर लावायला वेगळेपणा लागतो. अंगात वेगळी शक्ती आणि धैर्य लागते. असा वेगळा सूर ऐकण्याची वेगळे धैर्य संपादण्याची शक्ती मुलांमध्येही होती. आई-मुलांच्या समृद्ध नात्याने सूर ऐकमेकांत मिसळून गेले आणि अवघा आसमंत नादब्रह्मरूपी सुरांनी निनादून गेला.

* * *

११

बाईंना कठीण प्रसंगात भावनिक व मानसिक बळ देणारी, आधार देणारी व्यक्ती म्हणजे फक्त आबा. कुटुंबात वडीलकीचा मान आबांचा होता, तरी नेतृत्व बाईंकडेच होते. त्यांनी बाईंच्या हाती संसाराचे नेतृत्व दिले, ही गोष्ट त्याकाळच्या समाजात फारच अपवादात्मक होती. आपल्या कुटुंबाचे कल्याण यातच आहे, हे त्यांनी ओळखले होते. आबांचा सुरवातीचा थोड्या पगारातील संसार बाईंनी मोठ्या काटकसरीने सांभाळला. पैसे साठवून आमराईत पाच हजार चौरस फुटांचा प्लॉट घेऊन ठेवला.

आबांना स्थानिक राजकारणामुळे नीरा कॅनॉल्स सोसायटीतील प्रमुखपदाचा राजीनामा द्यावा लागला, सोसायटीचे घर सोडण्याची वेळ आली आणि आमराईतील प्लॉटवर बांधकाम सुरू करायचे असा विचार आबा करू लागले; पण पैसे? यावेळी बाईंनी आपल्या व्यावहारिक दूरदृष्टीची चुणुक दाखवली. शेती घेतल्यापासून त्या घरची भाजी, फळे, धान्य; तसेच दूधविक्री मुलांमार्फत करीत असत. या विक्रीच्या पैशातील दरमहा सुमारे शंभर रुपये बाई एका कपाटात बाजूला ठेवीत. ही गोष्ट आबांनादेखील ठाऊक नव्हती. बाळासाहेबांना ही गोष्ट यामुळे कळाली, की शंभर रुपयांची नाणी असलेली पिशवी घेऊन बाई त्यांना सोसायटीच्या खजिनदाराकडे पाठवीत. बाळासाहेब त्यांच्याकडून नोटा घेऊन बाईंना देत. अशा प्रकारे दहा वर्षांत सुमारे बारा हजार रुपये साठले होते. याबाबतीत गुप्तता ठेवली नसती, तर हे पैसे खर्च झाले असते.

आबांनी सोसायटीत घडलेला प्रकार सांगितल्यानंतर बाईंनी खंबीरपणे त्यांच्या निर्णयाला साथ दिली आणि शांतपणे कपाट उघडून ती पिशवी आबांपुढे ठेवली. त्या म्हणाल्या, ''मी पैसे बाजूला ठेवत आले होते, त्यातून घर बांधा. ताबडतोब गवंड्याला काम सुरू करण्यास सांगा.''

बाई-आबांच्या नात्यात आदरभाव होता, उत्स्फूर्तता होती, प्रांजळ

खुलेपणा होता. आबांनीही बाईंमधील आदर्श व्यक्तिमत्त्वाची चांगली पारख केली होती. लोकल बोर्डाच्या निवडणुकीला बाईंना उभे करून आबांनी बाईंच्या कर्तृत्वाला वाव दिलाच; पण मनाचा मोठेपणाही दाखवला. आबांच्या भक्कम पाठिंब्यामुळेच टांगा घेऊन शेतावर जाणे असो, की खांद्यावर मूल घेऊन लोकल बोर्डाच्या बैठकीला जाणे असो, समाजाची पर्वा करण्याची बाईंना गरज पडली नाही. आबा जन्मभर बाईंच्या मागे पहाडासारखे उभे राहिले. पती-पत्नीच्या नात्यात एकमेकांना आवडीच्या क्षेत्रात कार्य करण्यासाठी प्रोत्साहन देणे आणि तसा वाव मिळवून देणे महत्त्वाचे आहे. पैसा, संपत्ती या गोष्टी दुय्यम ठरतात. आबांनी सहकार, शिक्षण, शेती या क्षेत्रांमध्ये काम केले. या क्षेत्रांतील यशापयश, अडीअडचणी, संकटे या सर्व काळात बाईंनी त्यांना साथ दिली. एकमेकांच्या उत्कर्षासाठी, सतत मागे उभा राहण्यासाठी मोठे मन, प्रेम, जिव्हाळा तर हवाच; पण ध्येय साध्य करण्यासाठी पडेल ते कष्ट उचलण्याचीही तयारी असायलाच हवी.

आबा-बाईंवर काकासाहेबांच्या सुधारकी विचारसरणीचा प्रभाव होता. दोघेही सत्यशोधक समाजाची तत्त्वे मानणारे होते. मुळात आबा स्वतःच पुरोगामी विचारसरणीचे असल्याने, बाईंच्या कार्याला त्यांचा नेहमी पाठिंबाच राहिला. दोघांचाही बऱ्याच वेळा एक विचार असे. आबांनी दाखविलेल्या विश्वासाचा बाईंनी कधी गर्व केला नाही, की कधी फायदा करून घेतला नाही. प्रत्येक निर्णय त्या पहिल्यांदा आबांना सांगत. त्यांचे मत अजमावून पाहत व जर ते वेगळे असेल, तर त्यांना समजावण्याचा प्रयत्न करीत. समान हक्काच्या पुरस्कर्त्या असूनही त्या पतीच्या आधी कधीही जेवल्या नाहीत. आबांबद्दल त्या अतीव आदर व निस्सीम श्रद्धा बाळगून होत्या. कॉलेजला जाण्यापूर्वी मुले निरोप घ्यायला जात. बाई त्यांना आबांना नमस्कार करायला विसरू नकोस, असे बजावून

सांगायच्या. जातीभेद, अंधश्रद्धा, मुलगा-मुलगी भेदभाव न करणे या बाबतींत आबा-बाईंचे विचार समान होते. दोघांनीही सर्व जातिधर्मांतील लोकांचा आदर केला. मूर्तिपूजा-देवभोळेपणा दोघांनाही मान्य नव्हता. दोघेही हौशी होते. नाटके पाहत. रंगपंचमी खेळत. ब्राह्मणी वागण्या-बोलण्याच्या पद्धती, शुद्ध भाषा, आधुनिक पोशाख दोघांनाही आवडत असे. आबांच्या बरोबरीने बाईही बैठकीच्या खोलीत बसत असत. संयुक्त महाराष्ट्राच्या आंदोलनात तर पवारांचे घर म्हणजे चळवळीचे प्रमुख केंद्र बनले होते. गप्पांचे, वादांचे फड रंगत. बाई सर्वांबरोबर चर्चेत भाग घेत. आबांनी बाईंना यासाठी कधीही आडकाठी केली नाही.

त्या कितीही दमल्या तरी त्यांनी कधी मुलांवर त्याचा राग काढला नाही. घरात इतर काही स्त्रियांसारखी आदळआपट, धुसफूस, नवराबायकोची भांडणे, अपशब्द काढणे, येणाऱ्या पाहुण्याबद्दल वैतागणे असे कधी झाले नाही. त्यामुळे सर्व मुले खूप वेगळ्या वातावरणात वाढली. सतत माणसांची वर्दळ असे. मुलांचे मित्र, बाई-आबांच्या ओळखीची मंडळी महिना महिना येऊन राहत असत. आलेल्या पाहुण्यांचे बाई छान आदरातिथ्य करीत. जीवनात कधी सहचराचे निर्णय प्रमाण मानून वाटचाल करावी लागते; तर कधी सहचाराच्या सुखदुःखात समरस होऊन निर्णय घ्यावे लागतात. प्रेम कधी काही हातचे राखून करता येत नाही. अशा प्रेमात समरसता नसते. आपल्या अस्तित्वाचे वेगळेपण विसरून सहज समरसतेनेच प्रेम वृद्धिंगत होते. परकेपण थिजून आपलेपण उमलते, ते प्रेम! प्रेम करणाऱ्यालाच प्रेमाची महती समजते, प्रेमाचा साक्षात्कार होतो. प्रेमात समरसणे ही भक्ती. भक्ती म्हणजेच अविभक्तपणे परमप्रेमाने एकवटणे. बाई-आबांचे सहजीवन हे भक्तीपूर्वक समर्पणच होय. हळवे, संवेदनशील मनाचे आबा मुलांच्या छोट्याशा गोष्टींनीही डोळ्यांतून पाणी काढायचे. मुली लग्न होऊन सासरी

जाताना तर आबांना रडू आवरायचे नाही; पण बाईंची मात्र मुलींना ताकीद असे, 'अजिबात रडायचे नाही.'

प्रतापराव एक आठवण सांगतात : एकदा रावबहादूर जाचक बाईंबरोबर स्वयंपाकघरात गप्पा मारीत बसले होते. बाईंची कामे चालू होती. ते बाईंना म्हणाले, ''बायजे, मी तुझ्या स्वयंपाकघरात केव्हाही येऊ शकतो आणि हवे तर जेवण देखील करू शकतो.' त्याकाळी मराठा शेतकरी कुटुंबातील स्त्रीला स्वातंत्र्य तर मुळीच नव्हते. अजूनही परिस्थितीत फारसा फरक पडलेला दिसत नाही. खेड्यापाड्यातून अजूनही डोक्यावर पदर असल्याशिवाय स्त्रीला घराबाहेर पडता येत नाही. पण आबांच्या आधुनिक विचारांमुळे बाईंवर ती वेळ आली नाही. रावबहादूरांच्या या म्हणण्यावर बाईंनी चटकन उत्तर दिले, 'याचे श्रेय तुम्हाला नाही, तर ते गोविंदरावांना आहे. ते जर प्रगतिशील विचारांचे नसते, तर मी तुमच्याशीच काय, कोणाशीच बोलू शकले नसते किंवा सामाजिक कार्यातदेखील भाग घेऊ शकले नसते.' दोघांच्याही विचारांची दृष्टी तत्कालीन सामाजिक रूढी-परंपरांपेक्षा वेगळी होती. त्यांचे विचार प्रागतिक, काळाच्या पुढे होते; पण तरीही सर्वांच्याच शिक्षण-व्यवसायाच्या बाबतीतले सर्वच निर्णय आबांना आवडले असे नाही.

किनाऱ्यापासून आत दूर समुद्रात लाटा उठतात. लाटांमागून लाटा निर्माण होऊन त्या फुटतात. लाटांचे उठणे व फुटणे हा खेळ सुरूच असतो. बाई-आबांच्या सहजीवनसागराच्या पृष्ठभागावर लाटा कधी उठल्या नाहीत, कधी फुटल्या नाहीत, असे नाही. विशेषतः मुलांचे शिक्षणासंबंधीचे निर्णय घेताना! पण बाईंसारखी एखादीच व्यक्ती या फुटत्या लाटांतूनही तरून निघून नव्या लाटा निर्माण करते. सर्व मुलांचे चांगल्या प्रतीचे उच्च शिक्षण करणे हे खरे तर ओढगस्तीचेच काम होते. आबा एकटेच कमाविणारे आणि शेतीचा आधार. प्रतापराव हे

बुद्धिमान विद्यार्थी. अभ्यासात हुशार. त्यांची ओढ लहानपणापासूनच अभियांत्रिकीकडे होती; पण आबांना त्यांनी डॉक्टर व्हावे असे वाटत होते. आबांना हे समजल्यावर ते चिडले; पण बाई म्हणाल्या, 'तुला जे योग्य वाटते ते कर, मी पाठीशी आहे.' अशा वेळी बाई मुलांचा कल पाहून त्यांची बाजू सांभाळून घेत असत. प्रत्येकाच्या आयुष्याला वळण देणारे जे जे प्रसंग आले, त्या प्रत्येक वेळी आबांच्या इच्छेपेक्षा मुलांना काय योग्य वाटते, याचा विचार करून त्यांच्या भवितव्याच्या बाजूने बाई उभ्या राहत. आबांना निर्णय पटवून देत असत.

संसार म्हणजे ऊन-सावलीचा खेळच जणू. उन्हाची धग किती मानायची अन् सावलीचा आनंद किती लुटायचा, हे ज्याचे त्यानेच ठरावयचे असते!

* * *

२०

आबा-बाईंचे लग्न आबांच्या घरच्यांच्या मनाविरुद्ध झाले होते. त्यामुळे बाईंच्या लग्नानंतर थोडे दिवस सासरच्या मंडळींचे बाईंकडे येणे-जाणे नव्हते; परंतु बाईंनी प्रेमळ, आतिथ्यशील स्वभावाने सासरच्या मंडळींना जिंकून घेतले. बाई म्हणत, 'माझी सासरची माणसे साधी, सरळ व प्रेमळ आहेत.' बाईंच्या नणंदा अनेकदा येत असत, स्वतःच्या कुटुंबासह राहत असत, बाई सर्व काम न कुरकुरता करीत. त्यांना सासरी पाठवताना भरपूर सामान देऊन त्यांची पाठवणी करीत. बाईंनी सासरच्यांशी ठेवलेले प्रेमाचे, सौहार्दपूर्ण संबंध त्यांच्या मुलींना खूप काही शिकवून गेले. त्या काळी स्त्रिया कुटुंबात मुलगी, बहीण, आई, सून, नणंद, जाऊ, मामी, मावशी, काकू, आत्या, सासू, आजी अशा विविध रूपांनी राहत असत. त्यांना इतक्या विविध नात्यांच्या भूमिका पार पाडताना अनेकांच्या अपेक्षा पूर्ण कराव्या लागत असत. वर्षानुवर्षे चालत आलेली परंपरागत कुटुंबसंस्था टिकण्याचे मर्म स्त्रीने निभावलेल्या वेगवेगळ्या भूमिकांत आढळते; पण ब्रिटिश राजवटीने येथील स्त्री जीवनावर फार मोठा परिणाम झाला. एकोणिसाव्या-विसाव्या शतकात भारतीय संस्कृतीवर, इतिहासावर पाश्चात्य विचारसरणीचा मोठा प्रभाव आहे. या नवविचारप्रणालीवर आधारित कुटुंबव्यवस्था, समाजव्यवस्था, सामाजिक संस्था, राजकीय संघटना अस्तित्वात आल्या; पण पाश्चात्य विचारांचे अंधानुकरण केले गेले, त्यामुळे या सुधारणा-चळवळींनी परंपरागत कुटुंब-व्यवस्थेची चौकट मोडण्याचा प्रयत्न केला. स्त्री अत्याचारांविरुद्ध आवाज उठवतानाच स्त्रीस्वातंत्र्याच्या नावाखाली कुटुंबसंस्थेची परंपरागत चौकट, या चौकटीच्या भिंती पाडून टाकण्याची पद्धतच रूढ होत गेली. घराच्या चार भिंतींबाहेर पडून काही कार्य करताना, त्यांना या भिंतींची बंधने नकोशी वाटू लागली. आधुनिक आहारविहार, पोशाख-पद्धती स्वीकारली गेली; पण त्याबरोबर कुटुंबाची

परंपरागत पद्धत म्हणजे मागासलेपणा वाटू लागला. त्यामुळे हजारो वर्षांपासूनची कुटुंबसंस्थेच्या उत्क्रांतीची, निर्मितीची, बांधणीची प्रक्रिया काही कालावधीतच खिळखिळी बनू लागली. कोणत्याही वास्तूच्या उभारणीला बराच कालावधी लागतो; पण उद्ध्वस्त करायला क्षणिक वेळ पुरेसा असतो.

बाईंनी या सगळ्यांपलीकडे जाऊन पन्नास वर्षे पुढे राहून दूरदृष्टी ठेवली. बाईंनीही चार भिंतींच्या बाहेर पडून पर्वताएवढे सामाजिक कार्य केले; पण कुटुंबसंस्था जपण्याचाही आदर्श दृष्टिकोन निर्माण केला. दोन्ही डगरींवर पाय ठेवताना मनाचा तोल, संयम कधी ढळला नाही. आपल्या कुटुंबातील सदस्यांमध्ये त्यांनी समाजऋणाचे भान निर्माण केले, सामाजिक सुधारणांची फार मोठी चळवळ कुटुंबसदस्यांच्या मदतीने सुरू केली.

बाईंची थोरली मुलगी सुनीताताई यांचे लग्न विष्णुपंत जगताप यांच्याशी झाले. मुलगा अतिशय सुस्वभावी, होतकरू, कष्टाळू. कर्मवीर अण्णांनी त्यांच्यावर पुत्रवत प्रेम केले; पण घरची परिस्थिती बेताची. लग्न झाल्यावर सुनीताताईंच्या लक्षात आले, तुटपुंज्या पगाराच्या नोकरीवर घर भागविणे अशक्य आहे. त्यांनी तसे बाईंना सांगितले व विचारले, की मी काही काम करू का? चरितार्थाचे साधन शोधू का? बाईंनी केवळ दोनच ओळींचे पत्र पाठविले. ''तुमच्या संसारासाठीचे योग्य निर्णय पतींच्या मदतीने तुम्हीच घ्यायचे. परत माहेरी विचारणा नको.''

पुढे सौ. सुनीताताईंनी विमा व्यवसायात फार चांगला नावलौकिक मिळवला. 'की मॅन इन्शुरन्स' म्हणून सर्वांत पहिली स्त्री म्हणून त्यांची निवड झाली. भारतातील सर्वांत जास्त विमा व्यवसायाबद्दल अमेरिकन सरकारतर्फे कॅलिफोर्निया कॉन्फरन्सला त्यांना बोलावण्यात आले. सर्वांत

मोठा बहुमान प्रदान करण्यात आला.

कुटुंबव्यवस्था सुदृढपणे जपण्यातील जाण बाईंजवळ होती. बाई-आबांची कुटुंबाची व्याख्या ही फक्त पती-पत्नी, मुले एवढीच मर्यादित नव्हती, तर कुटुंबातील इतर आप्तेष्ट, नातेवाईक, समाजातील लोक जेवढे त्यात सामावून घेता येतील, ते सर्व त्यांचे कुटुंब असे. बाईंच्या थोरल्या बहिणीची मुलगी, प्रमिलाअक्का, हिला बाई-आबांनी सांभाळले. त्यानंतर तिचे लग्न, बाळंतपण त्यांनीच केले. आबांच्या मनाचा हा मोठेपणाच होय. या अक्कांना बाईंची सर्व मुले आपली पाचवी बहीणच मानीत. प्रमिलाअक्कांबरोबर बाईंचे अतिशय जिव्हाळ्याचे संबंध होते. बाईंच्या सुख-दुःखातील वाटेकरी म्हणजे प्रमिलाअक्का.

याशिवाय एखादा नात्यातला मुलगा, एखादा गरीब मुलगा, वार लावून जेवणारे गरीब विद्यार्थीही घरात असत. मुलांनी बाईंना कधी विचारले, "ही अनोळखी मुले कोण आहेत?" तर बाई त्यावर म्हणायच्या, 'अरे, तुम्हाला आई-वडील आहेत, म्हणून तुम्ही नशीबवान आहात. या मुलांना कोणीच नाही. त्यांना कोणीतरी आधार द्यायला हवा.'

मुलांचे मित्र महिना-महिना येऊन घरी राहत. घरी येणाऱ्या पाहुण्यांना आपलेपणा वाटत असे. बाईंच्यातील आतिथ्यशीलता सर्व मुलांमध्येही जाणवते. बाई-आबांनी पुढाकार घेऊन नात्यातल्या लोकांची विवाहकार्ये केली, संसार सजवले, संस्कार घडवले. आबांच्या सोसायटीतील यादव यांचे लग्न जमविण्याच्या वेळी, बाई कोल्हापूरला गेल्या. मुलीच्या वडिलांना मुलाबद्दल माहिती देऊन, लग्न जमवून आल्या. एवढेच नाही, तर बाईंनी या दांपत्याच्या संसारासाठी लागणारी सर्व मदत केली. नववधूला शिकविण्याची सर्व जबाबदारी स्वतःकडे घेतली. ती स्वयंपाक शिकण्यासाठी बाईंकडे यायची, तर बाई काय करीत असतील? आधी तिला जेवू घालायच्या आणि नंतर स्वयंपाकाच्या कानगोष्टी सांगायच्या.

स्वतःच्या मुलांबरोबर या मुलीलाही त्यांनी पोहायला शिकवले. तिच्या बाळंतपणात बाईंनी सर्वतोपरी मदत केली. तिला स्वेटर, मफलर विणायला शिकवले. अतिशय घरोब्याचे आणि जिव्हाळ्याचे संबंध त्यांनी या घराशी जोडले. बाईंनी हे सर्व केले ते मोकळ्या मनाने. बाईंनी अनेकांना उपकृत केले; पण त्याची कधीही वाच्यता केली नाही. गृहिणीचे कर्तव्य म्हणून त्या सर्व गोष्टी करीत राहिल्या.

बाई म्हणत, ''आयुष्याच्या शेवटी तुम्ही किती पैसे मिळवले, मानसन्मान किती मिळवले, हे मोजू नका; तर किती लोकांचे जीवन तुमच्यामुळे सुखी झाले, सुधारले हे मोजा. हीच तुमची खरी मिळकत आहे. पुण्य मिळविण्यासाठी देवळात जाण्याची जरुरी नाही. देव आपल्याला पुण्य करण्याची संधी प्रत्येक दिवशी देत असतो. घरी आलेल्या माणसाचे आदरातिथ्य केले, तरी केवढे तरी पुण्य मिळू शकते.''

अनेकांना मदत करताना, स्वतःच्या कुटुंबातील व कुटुंबाबाहेरील सर्वांना प्रेमाने, जिव्हाळ्याने जपतानाच बाईंनी कुटुंबसंस्था तर सांभाळलीच; पण स्त्रीची विविध रूपे व त्यातील नात्यांची विविध प्रकारे जपणूक केली. या नात्यांतील विविध भूमिका त्यांनी निष्ठेने पार पाडल्या; आणि त्यापलीकडे स्वत्व जपत, स्वकर्तृत्वाचा ठसा उमटवून, स्वतःची वेगळी ओळख निर्माण केली. जीवनाच्या प्रत्येक टप्प्यावर आबांची साथ सावलीप्रमाणे त्यांच्याबरोबर चालत आली. बाईंनी कठीण परिस्थितीतून वाटचाल केली. अशी प्रगती करणाऱ्यांच्या बाबतीत दोन शक्यता असतात. एक तर ते कडवट बनतात, सुरवातीच्या खडतर जीवनक्रमाचे ओरखडे त्यांच्या मनावर उमटतात. ते गरिबांशी तुटकपणाने वागतात, उच्चभ्रू जनांत कायमचे मिसळतात; तर दुसरी शक्यता म्हणजे अशा व्यक्तीला तळागाळातल्या जनांबद्दल आत्मीयता वाटते.

दीनदुबळ्यांसाठी ते सदैव मदतीचा हात पुढे करतात. आपला भूतकाळ ते कधी विसरत नाहीत. बाई या दुसऱ्या प्रकारच्या व्यक्तींत मोडतात; आणि म्हणूनच बाई गरजूंच्या मदतीला नेहमी येत असत. एकाकी स्त्रियांच्या पाठीशी बाई उभ्या राहायच्या. गोखले मावशी नावाच्या बाई 'सेवासदन'मध्ये होत्या. त्या बालविधवा होत्या. त्यांचा मुलगा सुरतला होता; पण बाईंचा त्यांना नेहमीच आधार असे. बाईंकडे अगदी महिना-महिना घरच्यासारखे येऊन त्या राहत. बाईंचे दागिनेदेखील वापरीत. गोखलेमावशींना टायफॉईड झाला असताना बाईंनी तीन महिने त्यांची सेवा केली. तशाच धारप काकू. याही बाईंकडे येऊन राहत. रयत शिक्षण संस्थेसाठी वर्गण्या गोळा करण्यासाठी मोहिते मास्तर महिनोन्महिने घरी येऊन राहत. कर्तव्य आणि मदतीचा हात सदैव पुढे असल्याने बाईंबद्दल समाजामध्ये विशेष आदर होता. बाईंनी आपल्या कुटुंबामध्ये जीवनातील सर्व रसांना खूप जिव्हाळ्याने जपले. सर्व प्रकारच्या रसांची मेजवानी आपल्या परीने प्रत्येकाला भरवली आणि त्या रसवंतीच्या अवीट गोडीच्या, मधुर स्वादाच्या पायावर कौटुंबिक सलोख्याची अखंड इमारत उभी केली. संपूर्ण कुटुंबाने, अगदी लहानांपासून थोरांपर्यंत आणि नातवंडांपासून मोठ्यांपर्यंत सर्वांनी दर दिवाळीला एकत्र आले पाहिजे, ही बाईंची सर्वांना शिकवण आहे. त्यामुळे सर्व जण दर दिवाळीला काटेवाडीच्या घरी चार दिवस एकत्र जमतात. एकमेकांचे सुखदुःख या दिवाळीच्या दिवसांत आपआपसांत वाटून घेण्यासाठी सर्वांनाच या दिवसांचा उपयोग होतो. बाईंनी पाडून दिलेला हा पायंडा अजूनही सर्व कुटुंबीय त्याच ममतेने जपतात.

हा कौटुंबिक जिव्हाळा जपण्यामध्ये अनंतरावांचा मोठा सहभाग असायचा. अनंतराव अतिशय बुद्धिमान. प्रचंड विनोदबुद्धी असलेले, उत्साही, मिश्कील व्यक्तिमत्व. अनंतरावांचे मन विशाल, व्यापक;

तर अंतःकरण उदार होते. आधुनिकतेची त्यांना आवड होती. हरहुन्नरी, उदार अंतःकरणाचे अनंतराव हे कायम सर्वांना मदत करण्यासाठी तत्पर असत. बाईंचे आणि अनंतरावांचे एक वेगळेच प्रेम होते. त्यांनाही वाचनाचा दांडगा छंद होता. शरदरावांच्या पहिल्या निवडणुकीत पैशाची योजना, आखणी, नियोजन या कामात बाईंच्या मार्गदर्शनाखाली अनंतरावांची फार मदत झाली. त्यांचा चेहरा शरदरावांशी साधर्म्य असणारा होता. त्यामुळे खूप लोक त्यांनाच शरदराव समजत. शरदराव आमदार झाल्यानंतर लोक अनंतरावांशीच आमदारसाहेब म्हणून बोलायला सुरवात करीत आणि तेही शरदराव म्हणवून घेऊनच बोलत असत. अनंतरावांना लहान मुलांमध्ये रमायला अतिशय आवडायचे. दिवाळीची फटाक्यांची खरेदी, सर्वांची कपडे खरेदी, नवीन नवीन चित्रपट पाहायला, सर्कस पाहायला मुलांना घेऊन जाणे हा त्यांचा प्रांत होता. बहिणींची - भावांची मुले यात त्यांनी कधीही भेदभाव केला नाही. मुलांबरोबर ते लहान होऊन चिडवाचिडवी, मस्करी करीत असत. तेव्हा टेपरेकॉर्डर नवीन निघाला होता. ते उत्साहाने तो घेऊन आले. रजनी व विजया नुकत्याच शाळेतून आल्या होत्या. अनंतराव त्यांना रागावून म्हणाले, 'मला असं कळलंय, की तुम्ही दोघी हल्ली अभ्यास करीत नाही.' या दोघी रडवेल्या झाल्या. मग त्यांना सांगण्यात आले, कविता म्हणा. दोघींनीही रडवेल्या आवाजात कविता म्हणून दाखवल्या. त्यानंतर ते सर्वांना रेकॉर्डिंग ऐकवून खूप हसले.

पवार कुटुंबियांना यश मिळविताना अडचणी, संकटे आली नाहीत काय? नक्कीच; पण श्रम, चिकाटी, स्वावलंबन, पडेल ते काम करण्याची ताकद या गुणांच्या जोरावर ते सतत प्रगती करू शकले. शरदराव जेव्हा पहिल्या निवडणुकीला उभे राहिले, तेव्हा त्यांना बारामतीमधील जुन्या जाणत्यांकडून प्रचंड विरोध झाला;

पण शरदरावांनी विकासाचे राजकारण केले, बारामतीचा आमूलाग्र कायापालट विकासातून घडवून आणला. अनंतराव मात्र बंडखोर वृत्तीचे होते. त्यावेळी काटेवाडीत पवारांना लोक शेती करू द्यायचे नाहीत. ऊस लावला, की जाळला जायचा, पिकांची नासधूस केली जायची. अशा प्रवृत्तीला अनंतराव मात्र पुरून उरले होते.

* * *

२१

बाईंच्या हातामध्ये अतिशय सुंदर स्वयंपाकाची कला होती. तीस माणसांचा स्वयंपाकदेखील फार कमी वेळात, नियोजनबद्धरीत्या त्या एकट्या पार पाडू शकत. त्यांनी कधीही स्वयंपाकाचा कंटाळा केला नाही. शास्त्रीय दृष्टिकोनातून विविध पदार्थ करण्याची वेगळीच हातोटी त्यांच्याकडे होती. कोणत्या भाज्या कशा कराव्यात, याचे शास्त्रीय ज्ञान त्यांना होते. त्या सांगत असत, उसळीत लवकर मीठ टाकू नये, गवार निवडण्याअगोदर, पालेभाजी चिरण्याअगोदर धुवून घ्यावी. त्यामुळे जीवनसत्त्वे निघून जात नाहीत. कोणतीही गोष्ट उत्कृष्टच असली पाहिजे, याबाबतीत त्या नेहमी आग्रही असत. सांडगे घालतानासुद्धा एकसारखे घालायच्या, पोळी गोलच लाटायच्या, पुरणपोळी उत्कृष्ट बनवीत असत. त्यांची म्हण प्रसिद्ध होती, 'पोळी पाहावी काठात आणि मुलगी बघावी ओठात.' करंज्या, श्रीखंडाच्या वड्या, मटण, बिर्याणी सुंदर बनवीत. रवा घरीच तयार करायच्या, कुरड्या, शेवया, मसाले, धान्यांची पोती मुलींना, सुनांना पाठवीत. त्या म्हणत, एकाच प्रकारची कणीक, गूळ, डाळ असे दहा-पंधरा जणींना सामान दिले, तरी पण सर्व जणींच्या पुरणपोळ्या एकसारख्या होत नाहीत. त्यासाठी हातातच विशिष्ट सुगरणपणा असावा लागतो. बाई खरे तर पहाटेपासून कामातच असत. लहान मुलांचे संगोपन, शेतीची कामे, पै-पाहुणे, लोकल बोर्डाची बैठक, एवढी कामे असूनही मुलांच्या खाण्यापिण्याची कधीच आबाळ होऊ दिली नाही. घरात मुलांसाठी खाण्याचे भरपूर जिन्नस ठेवीत, मुबलक दूधदुभते, अंडी, फळे, गूळ-खोबरे, खारका असत. आठवडा बाजारातून शेकडा मोसंबी, केळी, आंबे आणीत असत; तसेच दही, ताक, तूप हेही भरपूर असे. घराच्या पायरीवर बसून बाई येणाऱ्या-जाणाऱ्यांना ताक वाटीत असत. सर्व जातीधर्माच्या लोकांच्या गरजेला उपयोगी पडण्याच्या परोपकारी वृत्तीमुळे बाईंबद्दल गावात नितांत आदर होता.

बाई म्हणत असत, 'परमेश्वराने सुंदर जीवन दिले आहे. दुःखामुळेच सुखाची महती कळते. संकटे, अडचणी कोणासाठी नाहीत? पण ईश्वराने मनुष्यप्राण्याला सुंदर शरीर व बुद्धीही दिली आहे. हाच अनमोल ठेवा मानून, याचाच वेळप्रसंगी उपयोग करून घेण्याचे कसब सर्वांमध्ये असावे. स्वयंपाकाच्या कलेचाही वेळप्रसंगी स्वतःच्या व्यावहारिक जीवनात उत्तम प्रकारे उपयोग करता येतो,' अशी त्यांची धारणा होती. 'प्रयत्न केला तर, प्रत्येकजण पुढे येऊ शकतो. अडचणी निर्माण झाल्यावर स्त्रियांनी अश्रू गाळण्यापेक्षा काहीतरी मार्ग काढावा. अगदी काहीच मार्ग नसेल, तर उत्तम स्वयंपाक शिकून डबे द्यावेत. खाणावळ काढावी व जगावे. हे तर त्यांना अशक्य नाही ना?' जेवतानाही सर्वांसाठी बाईंची एक शिस्त होती. ती शिस्त अजूनही पुढच्या पिढ्यांमध्ये पाळली जात आहे, हे विशेष. जेवताना अन्नपदार्थाला नावे ठेवलेली, कुरकूर केलेली बाईंना अजिबात आवडत नसे. मुलांसाठी अकरा पाने वाढली जात; आणि इतर वार लावून जेवणारे किंवा पाहुणे असत. यांतील दोघातिघांना तरी एखादी भाजी आवडत नसे; पण 'मला ही भाजी किंवा हा पदार्थ आवडत नाही,' म्हणून सांगितले तर अर्थातच न जेवता उठावे लागे. त्यामुळे सर्वजण निमूटपणे असेल ते खात असत.

एकदा घरात सर्वजण नातवंडासहित जेवायला बसले होते. नुकत्याच लग्न होऊन आलेल्या नव्या सुनेने पिठले बनवले. पिठल्यामध्ये पीठ तसेच राहावे, इतके ते पिठुळ बनले होते; परंतु कोणीही तोंडातून ब्र शब्द न काढता तसेच सर्वांनी खाल्ले. हे जेव्हा बनवणाऱ्या सुनेच्या ध्यानात आले, तेव्हा त्यांना फार वाईट वाटले; पण कोणीही काहीही न बोलता जेवण केले. यामुळे तर त्या अवाक्‌च झाल्या! बाईंची शिकवण मात्र कोणीही मोडली नाही. बाई म्हणत, जेवताना किरकिरणारी मुले तशीच किरकिरी, हट्टी, दुराग्रही बनतात. आपण जे अन्न बनवतो, त्या अन्नातून

मन, विचार तयार होतात. जेवताना शांतपणे अन्न सेवन केले, की ते नीट पचते. त्यातूनच शांत, संयमी मन, सुसंस्कृत आचारविचार निर्माण होतात. त्यातूनच संस्कृती निर्माण होते. ही संस्कृती हेच तर भारतीय वैदिक संस्कारांचे मूळ आहे. आयुर्वेदामध्येही भोजन करतानाचे हेच नियम सांगितले आहेत, की जे बाईंनी कोणाच्याही नकळतपणे स्वतःच्या मुलांच्या अंगवळणी पाडले, शिस्तीच्या रूपाने का होईना! शांतपणे अन्न सेवन करण्याने सत्त्वगुण वाढीस लागतात, आहार व मानवी मनाच्या दृढ संबंधातील बाईंच्या विचारांची बैठक किती पक्की होती, हे श्रीमद्‌भगवद्‌गीतेतील या सुंदर विवेचनातून प्रगट होते :

आयुःसत्तव बलारोग्यसुख प्रीतिविवर्धनाः।
रस्याः स्निग्धाः स्थिरा हृद्या आहाराः सात्त्विक प्रियाः॥
कट्वम्ल लवणात्मृष्ण तीष्ठा रुक्षविदाहिनः।
आहारा राश्रस स्येष्टा दुःख शोकामय प्रदाः ।
यातयामं गतरसं पूति पर्युषितं च यत्।
उच्छिष्टमपि चामेध्यं भोजनं तामस प्रियम्॥

बाईंचे प्रगल्भ विचार पाहून खरोखरीच थक्क व्हायला होते.

आताची हॉटेलिंगमधून बोकाळलेली खाद्यसंस्कृती, फास्ट फूडच्या नावाखाली घेतला जाणारा निकृष्ट आहार आणि त्यातून निर्माण होत असलेली तामसी व्यक्तिमत्त्वाची असमाधानी पिढी पाहून बाईंच्या विचारप्रसाराची समाजाला खरोखरी नितांत गरज असल्याचे दिसून येते. घरात केलेल्या साध्या पण गरम पोळी-भाजीपेक्षा हॉटेलमधील अन्न खाणे प्रतिष्ठेचे लक्षण मानले जाऊ लागले आहे.

बाईंना अन्नधान्याची नासधूस केलेली, अन्न वाया घालवलेले किंवा उष्टे टाकलेले आवडत नसे. या संदर्भात बाईंची सर्वांत धाकटी सून भारतीताईंनी सांगितलेली आठवण अशी : भारतीताईंच्या लग्नानंतर

थोड्याच वर्षांनी बाईंना आजाराने गाठले. त्या काळात बाईंना पथ्यपाणी फार पाळावे लागे. त्या म्हणतात, 'बाई मुळातच कमालीच्या सहनशील, सोशीक. स्वतःच्या शारीरिक व्याधींची जाणीव त्यांनी कधीही दुसऱ्याला होऊ दिली नाही. अगदी आजारपणात देखील त्या सुनांचे कौतुकच करीत असत. त्यामुळे पथ्याचा कुठलाही पदार्थ, तिखट-मीठ नसलेला, थोडासा खोबरे, कोथिंबीर घालून सजवून दिला, तरी त्याचे कौतुक करीत त्या खात असत.

स्वतःच्या आजारपणाची तमा न बाळगता दुसऱ्याला शेवटपर्यंत आनंदी ठेवण्याची, दुसऱ्यांचे कौतुक करण्याची वृत्ती बाईंकडे होती. त्यामुळे भारतीताई म्हणतात, 'अशा प्रेमळ सासूची थोडे दिवस का होईना, मला सेवा करायला मिळाली, यातच मी माझे भाग्य समजते.' आपल्या घरी जे कोणी येईल, त्याला जेवूनच पाठवा, असा बाईंचा आग्रह असे. आलेला माणूस आपल्या घरातून भरल्या पोटी जावा, असा त्यांचा संस्कार होता. ही परंपरा सर्व मुली-सुना चालविण्याचा प्रयत्न करतात. या दृष्टीने बाईंचा या सर्वांना आशीर्वाद असेः 'अन्नपूर्णा हो!'

बाईंबद्दल आशाताई आठवण सांगतात, 'बाई स्वभावाने फार प्रेमळ होत्या, सांसारिक, काटकसरी होत्या,' 'धान्य निवडताना बाई खाली सांडलेले सगळे दाणेन्‌दाणे वेचून घेत असत. धान्याचा एकही दाणा वाया जाऊ देत नसत. 'खाऊन माजा; पण टाकून माजू नका,' हे त्यांचे ठरलेले वाक्य असे. धान्याला त्या सोने मानीत असत. बैलपोळा करायच्या, तेव्हा शेतात काम करणाऱ्या सर्व गड्यांना जेवणे असायची. घरात खाद्यपदार्थांची कमतरता नसे, बाहेरचे खाद्यपदार्थ मुलांनी विकत घेऊन खाऊ नयेत, हा त्यांचा कटाक्ष असे. मुलांच्या खाण्यापिण्यातील आवडीनिवडी जपल्या जात; पण वेगळ्या पद्धतीने!

प्रतापरावांना बाईंच्या शिस्तीला अगदी लहान वयातच सामोरे जावे

लागले, याबद्दल त्यांची आठवण अशी : शाळेत चाचणी परीक्षा झाली होती आणि चांगले गुण मिळाल्याने गुरुजींनी शाबासकी देत त्यांचे खूप कौतुक केले. हा कौतुक समारंभ आटोपून घराकडे निघण्यास त्यांना उशीर झाला. कडक उन्हात दुपारी दीडच्या सुमारास ते घरी पोचले. गुरुजींनी केलेल्या कौतुकामुळे किंवा त्यांच्या यशामुळे ते जरा गर्वात होते. खूप भूक लागल्यामुळे घरी पोचल्यावर लगेचच त्यांनी जेवायला मागितले. स्वयंपाक करणाऱ्या बाईंनी जे जेवण वाढले, ते त्यांच्या आवडीचे नव्हते. त्यावर ते ओरडून म्हणाले, 'असले घाणेरडे अन्न मी खाणार नाही,' आणि उठून निघून गेले. स्वयंपाकीण बाईंनी सगळी हकीकत बाईंना सांगितली. बाई शेतावरील खळ्यावर चाललेल्या कामात गुंतल्या होत्या. त्यांनी सूचना केली, की 'कुठल्याही परिस्थितीत माझ्याशी बोलल्याशिवाय प्रतापना काहीही खायला द्यायचे नाही.' थोड्याच वेळात त्यांचा राग शांत झाला, शिवाय रडू कोसळेल इतपत भूकही लागली; पण बाईंचा निरोप आल्यामुळे बाईंकडे याचना केल्याशिवाय काही मिळणार नव्हते. प्रतापराव बाईंपुढे मान खाली घालून उभे राहिले. बाईंना कारण माहिती होतेच. त्या त्यांना घरी घेऊन आल्या. ताट वाढले आणि म्हणाल्या, ''बाळ, कधीही अन्नाचा अनादर करू नकोस, हे अन्न तुझ्यापर्यंत पोचण्यामागे अनेकांचे कष्ट असतात, हे तू ध्यानात ठेव, तसेच कितीही राग आला, तरी पोटावर अन्याय करू नकोस.'' त्याही वयात हे शब्द त्यांच्या मनावर कोरले गेले.

आसपासच्या स्त्रियांना बाई वेगवेगळे पदार्थ शिकवीत. वर्तमानपत्रात नवीन पदार्थांची पाककृती आली, की त्या स्वतः करून पाहत व इतर जणींनाही शिकवीत. शेतातील भाज्या, फळे यांचे न विकलेले ढीग राहत. अशा वेळी बाईंच्या मनात एक यादी तयार असायची. त्याप्रमाणे त्या त्या व्यक्तींच्या घरी भाज्या, फळे पाठवून दिल्या जात. या सर्वांकडे

भाज्या व फळे पोचविण्याचे काम मुलांकडे असायचे. बाई विचारांनी प्रगत, आचरणाने कष्टाळू असून देखील कौटुंबिक भावविश्वात मात्र परंपरागत होत्या. गावातील पांढरपेशा मंडळींना ज्यात शिक्षक, डॉक्टर, वकील, मुलांच्या मित्रांचे आईवडील असत, त्यांना शेतावर हुरडा दिला जात असे. त्यावेळी आबांकडे गुऱ्हाळही होते. या सर्व मंडळींना उसाचा ताजा रस, गरम हुरडा, लसणाची चटणी, ओल्या नारळातील पाणी व खोबरे, भाजलेला कोवळा हरभरा, मक्याची कणसे अशा गोष्टींची मेजवानी मिळे. हिवाळ्यातील थंडीत शेकोटीभोवती घोंगडीवर बसून आस्वाद घेतलेल्या या बैठकीची आठवण लोक वर्षानुवर्षे करीत असत.

बाई-आबांनी उक्तीपेक्षा कृतीद्वारेच मुलांच्या मनावर सामाजिक बांधिलकीची व परंपरागत मनोभूमिका मोडीत काढण्याची शिकवण रुजवली आणि बाईंची कृती हीच मुलांची शक्ती ठरली.

* * *

२२

पुणे जिल्हा लोकल बोर्डामध्ये असताना बराच काळ बाई बांधकाम कमिटीच्या सदस्य व चेअरमन होत्या. त्या वेळी पुण्याचे जिल्हाधिकारी होते डब्ल्यू. जे. हॉलंड. ग्रामीण पार्श्वभूमी असलेली एकमेव स्त्री सदस्य जिल्हा लोकल बोर्डात बांधकाम कमिटीत चेअरमन म्हणून काम पाहते, ही गोष्ट नक्कीच आश्चर्य करण्याजोगी आहे. ब्रिटिशांनी पायाभूत सोयी-सुविधांचा विकास केलेला नव्हता; तसेच राजकीय व स्वातंत्र्य चळवळीतील घडामोडींदरम्यान देश पातळीवरील नेत्याने सर्वसामान्यांच्या जिव्हाळ्याच्या किंवा मूलभूत प्रश्नांचा विचार केलेला नव्हता. या दरम्यान बाई एकट्याच या प्रश्नांच्या सोडवणुकीसाठी कार्यरत राहिलेल्या दिसून येतात. बाई स्वतः खेड्यातीलच असल्याने खेड्यापाड्यांतील प्रश्नांची जाणीव, अवतीभोवतीच्या परिस्थितीचे अवलोकन करीत होत्या. त्यातून त्यांना मूलभूत, पायाभूत सुविधांची उपलब्धता अतिशय गरजेची वाटत होती. त्यांनी रस्त्यांचे बांधकाम हा महत्त्वाचा प्रश्न हाताळल्याचे दिसून येते. त्या काळी कोणतेही काम सहज सोपे नव्हते. पारतंत्र्याचा काळ होता. ब्रिटिशांची प्रत्येक गोष्टीवर कडक नियंत्रणे होती. त्या काळात ३०० रुपये प्रति मैलापेक्षा जास्त खर्चाचे काम करायचे असेल, तर सरकारने नेमलेल्या अभियंत्याच्या परवानगीनेच करावे लागे. बोर्डाच्या सदस्यांना कोणतेही अधिकार स्वतंत्रपणे वापरता येत नसत. त्यासाठी जिल्हाधिकाऱ्याची देखील परवानगी घ्यावी लागे. सिमेंटचा वापर हा दखलपात्र गुन्हा असायचा. नवीन बांधकामांनाही परवानगी मिळत नसे. प्रत्येक बाबीवर काटेकोर बंधने असायची. ब्रिटिशांची कामाची पद्धत मोठी बिनचूक आणि शिस्तबद्ध. अशा लोकांच्या हाताखाली काम करताना स्वतःच्या अखत्यारीत काही निर्णय घेणे म्हणजे अतिशय जिकिरीचे काम होते. रस्ते तयार करताना तर सरकारची खूप नियंत्रणे असत. बाईंनी आपल्या

चेअरमनपदाच्या कारकिर्दीत जवळपास एकावन्न रस्त्यांचे काम केले. त्या वेळी खरे तर बोर्डाच्या हद्दी विस्तृत असत; पण त्यामानाने बोर्डाकडे नोकरवर्ग फार कमी असे. बहुतांशी जनता अशिक्षित वर्गात मोडणारी होती. त्यामुळे हाताखालच्या नोकरवर्गाकडून काम करवून घेणे किती जिकिरीचे असेल याची फक्त कल्पनाच केलेली बरी!

पूर्वीचे रस्ते खडतर असत. पायवाट किंवा जनावरे जाऊन जो रस्ता तयार होई तोच रस्ता. माणसे व मालवाहतूक करण्यासाठी, बैलगाड्यांचा, टांग्यांचा सर्रास वापर केला जाई. खेड्यापाड्यातील जनतेला एकमेकांकडे जाणे-येणे सुलभ नव्हते. सर्वसामान्यांना पायी किंवा बैलगाडीतून मजल-दरमजल करीत सगळीकडे जावे लागे. चोर-दरोडेखोरांच्या भीतीने, तसेच रात्रीच्या प्रवासामुळे कुटुंबकबिल्याला बरोबर घेऊन जाणे मोठे जिकिरीचे असे. त्यामुळे आधीच सामाजिक, कौटुंबिक बंधनात रुतलेल्या स्त्रियांना परगावी एकटे जाणे तर केवळ अशक्यप्राय! विद्यार्थ्यांना शाळेत जाताना रस्त्यांची निकड जाणवत असे; पण या छोट्या सुधारणेतून काय किमया साधली जाऊ शकते, हे बाईंनी कोणताही गाजावाजा न करता प्रत्यक्ष कृतीतून दाखवून दिले. त्यांनी छोटी-छोटी गावे रस्त्यांच्या माध्यमातून जोडली. यामुळे माणसांना येण्या-जाण्यासाठी व मालवाहतुकीसाठी सुलभ मार्गांची उपलब्धता होऊ लागली. खेड्यांचे एकटेपण संपले. जनतेला एकमेकांच्या संस्कृतीची नव्याने ओळख होऊ लागली. समाजमन एकमेकांशी बांधले गेले. जातिपातींच्या भिंती गळून पडल्या. सुधारणांचे, आधुनिक विचारांचे वारे याच रस्त्याने वाहू लागले. एकमेकांकडे जाणे-येणे सुलभ झाल्याने आचार-विचारांचे आदानप्रदान होऊ लागले. ब्रिटिशकालीन औद्योगिक क्रांती खेड्यापाड्यांत पोचण्यास रस्त्यांमुळे सुलभता आली. मुलांना रस्त्यांच्या सोयीमुळे शाळेत जाणे शक्य झाले. शैक्षणिक, सामाजिक,

औद्योगिक परिवर्तनासाठी रस्त्यांच्या सोयीमुळे फार मदत होत गेली. या सर्वांचा परिपाक म्हणून कौटुंबिक परिस्थितीतील बदलासही हळूहळू खेड्यातील जनता सज्ज होऊ लागली. स्वातंत्र्योत्तर काळातील सामाजिक, आर्थिक, राजकीय आव्हानांना तोंड देण्यासाठी जनतेचा सर्वांगीण विकास करणे फार महत्त्वाचे होते; पण विकासाचा मार्ग जनतेला आवश्यक अशा सोयींमधून, सुविधांतून निर्माण करणे किती गरजेचे होते, हेच यावरून दिसते. बाईंच्या दूरदर्शीपणाची ही फक्त एक झलक म्हणावी लागेल.

बाईंनी ऑफिस इमारती, माणसांचे दवाखाने, जनावरांचे दवाखाने, धर्मशाळादुरुस्ती यांवर भर दिला. काटेवाडीचा रस्ता तयार केला. नारायणगाव-बोरी रस्त्याकरिता लागणारी जमीन संपादित करून तो रस्ता तयार केला. सासवड-कोडीत रस्ता वाहून गेल्याचे पाहून बाईंनी तो ताबडतोब दुरुस्त केलाच; पण कोडीत पुलाचे कामदेखील केले. रस्त्यावर काम करणाऱ्या मजुरांना जरुरीच्या वेळी औषधोपचाराची सोय बाईंनी केली होती. त्यासाठी लागणाऱ्या पैशांची तरतूदही वर्क्स कमिटीच्या बजेटमध्ये केली होती. चाळकवाडी व पिंपळवंडी नावे वरील धर्मशाळा दुरुस्तीचे, तसेच भीमाशंकर धर्मशाळा दुरुस्तीचे काम केले. खानोटा (ता. इंदापूर) येथे नाव घेऊन देण्यासाठी प्रयत्न केले. वृक्षारोपण, गावातील लहानसहान रस्ते तयार करण्याकरिता गावकऱ्यांना मदत, पाणीपुरवठ्याची सोय अशा कामांकडे मुख्यतः लक्ष दिले. सासवडमधील गुरांच्या दवाखान्यास फरशी व चाऱ्यासाठी फळी बसविण्याचे काम केले. शिरूर-नीरा पूल रस्त्याचे काम करून त्यांनी अनेक खेडी जोडली. बारामती परिसरात मुख्यतः रस्त्यांचे जाळे विणले. पुढील काळात सहकारी साखर कारखान्यांच्या उभारणीनंतर ऊस वाहतुकीसाठी या रस्त्यांचा फार मोठा फायदा झाला. यातूनच ग्रामीण

जीवनाच्या विकसनशील परिवर्तनाचा पाया घातला गेला.

बाईंचा स्वभाव मळलेल्या रस्त्याने जाण्याचा नव्हता. अशा रस्त्याने चालणे सोपे असते. त्या रस्त्यावर ना काटेकुटे, ना खाचखळगे; परंतु त्या रस्त्यावरून चालणाऱ्या माणसाला जिकडे जायचे असेल, तिकडे तो रस्ता त्याला नेईलच, अशी हमी नसते. उलट, तो रस्ता जिकडे नेईल तिकडेच त्या माणसाला जाणे भाग पडते. ज्या माणसांना आयुष्यात नेमके कोठे जायचे आहे हेच माहिती नसते, अशी माणसे या मळलेल्या रस्त्याने जाणे पसंत करतात; परंतु ज्यांना कोठे जायचे हे पक्के माहिती असते, अशी माणसे त्या मळलेल्या रस्त्याने जात नसतात. जीवनात काही तरी नवे घडविण्याची कुवत त्यांच्यातच असते. हीच माणसे इतरांसाठी रस्ता मळवून देण्यासाठी आपले पाय रक्तबंबाळ झाले तरी चालत राहतात. बाईंची वाटचाल अशाच काट्याकुट्यांतून, दगडाधोंड्यांतून होत राहिली.

कर्मकर्तव्यालाच जीवनशक्ती मानणारे सामाजिक जाणिवेतून आपल्या कर्माची अभिव्यक्ती करतात; लोकांच्या डोळ्यांत धूळफेक करण्यातून नाही! बाई कर्मयोगिनी, कर्तृत्वशालिनी होत्या; पण हे सर्व कर्तृत्व काळाच्या पडद्याआड इतके वर्षे झाकले गेले. त्यांच्या कर्तृत्वाचा गौरव किंवा बोलबाला कधीच झाला नाही. काळाने त्यांचे कार्य नजरेआड करून त्यांच्यावर मोठा अन्यायच केला आहे.

* * *

२३

बाईंनी नेहमीच प्रतिकूल परिस्थिती ही आव्हान म्हणूनच स्वीकारली आणि ती अनुकूल बनविण्याचा सातत्याने प्रयत्न केला. राजकीय क्षेत्रामध्ये कार्य करतानाच त्यांनी समाजसुधारणेच्याही कार्याला गती दिली. सामाजिक परिवर्तनासाठी आवश्यक असणाऱ्या सुधारणांचा स्वतः पाठपुरावा केला. त्याबरोबरच सामाजिक आणि आर्थिक पुनर्रचनेचा एक भाग म्हणून शिक्षणाकडेही त्यांनी गांभीर्याने पाहिले. त्यासाठी आधी स्वतःच्या मुलांनाच त्यांनी स्वावलंबी शिक्षण व सामाजिक जाणिवांची प्रेरणा दिली. स्वतःच्या स्वतंत्र व स्वयंप्रज्ञ वैचारिकतेतून ग्रामीण भागात सुधारणावादाचा नवीन प्रवाह निर्माण करण्याचा त्या सतत प्रयत्न करीत राहिल्या. शेती, शिक्षण, सहकार, राजकारण, सामाजिक परिवर्तन असे कोणतेही क्षेत्र असो किंवा गोरगरीब शेतकऱ्यांचे दैनंदिन प्रश्न असोत, नवीन समाजव्यवस्थेच्या निर्मितीसाठी आवश्यक अशा दिशा व प्रेरणा धुंडाळण्याचा बाईंनी सतत ध्यास घेतला होता. त्यासाठी त्यांनी केवळ बोलघेवडेपणा केला नाही, तर स्वतःच्या अखत्यारीत परिस्थितीने आलेल्या सीमित मर्यादेत राहून त्या केवळ कामच करीत राहिल्या. स्वतःच्या कुटुंबाची योग्य तऱ्हेने देखभाल करतानाच, समाजातील अस्पृश्यतेची कारणे शोधण्याचा व घालवण्याचा प्रयत्न केला. त्यासाठी या थोर मातेने सर्वधर्मसमभावाची आयुष्यभर पूजा बांधली. दुष्काळाने गांजलेल्या बारामतीत शारदाबाईंच्या कर्तृत्वामुळे सामाजिक, शैक्षणिक, राजकीय परिवर्तनाचे नवे वारे येणार, अशी कल्पनाही नव्हती कोणाला!

तो काळच असा होता, की तेव्हाचे तथाकथित उच्चवर्णीय दगडाला देव मानीत, त्याची पूजा करीत, त्यासाठी सोवळेओवळे पाळीत; पण माणसातील माणुसकीला, देवपणाला मात्र हीन लेखीत.

बाई लोकल बोर्डामध्ये कार्यरत असतानाचा एक प्रसंग. आबगाव नावाच्या गावापासून एका मैलाच्या अंतरावर चाबे नावाचे खेडेगाव

आहे. त्या गावातील एका हरिजनाने लोकल बोर्डाच्या तेथील विहिरीवर पाणी भरण्याचा मानवी हक्क शाबीत केला. हे वर्ष होते १९४७. देशाला स्वातंत्र्य मिळण्याचे स्वप्न साकार झाले, त्याच वर्षी तेथील गावकऱ्यांनी या हरिजनावर हल्ला केला. बाईंनी तातडीने या प्रकाराचा तीव्र निषेध केला. मनाला पटेल ते ठामपणे सभेमध्ये सांगण्याची व न पटणाऱ्या गोष्टींना विरोध करण्याची त्यांची नेहमीच तयारी असे. त्यांच्याकडे परिस्थितीचे आकलन, झटकन निर्णय घेण्याची कुवत, विचारांमध्ये व कृतीमध्ये असणारी निर्भयता या सर्व गुणांचे मिश्रण अशा प्रसंगांतून दिसते. अस्पृश्यतेच्या या रूढीचा नायनाट करण्याचे ध्येय बाईंनी स्वतःच्या घरातूनच स्वीकारले. बाई-आबांचा सर्वच जातिधर्मांबद्दलचा दृष्टिकोन व्यापक होता. बाईंनी जन्मभर जवळपास प्रत्येक जाती-जमातींतील माणसे जवळ केली. शेतावर अस्पृश्य मजूर कामाला असत. त्यांना दिवाळीला जेवण व फराळाचे पदार्थ वाढून दिले जात. काही गड्यांच्या पुढील दोन-तीन पिढ्या त्यांच्याकडे राहिल्या. मुसलमान गड्यांच्या सणादिवशी बाई त्यांच्या घरी जात. तेही घरच्यासारखे पवारांच्या घरी राहिले. सर्व जातींच्या गड्यांना समान पद्धतीने वागविले जाई.

अशाच एका जमातीच्या जोडप्याला बाईंनी सांभाळले. त्यांचा मुलगा बाईंच्या मुलांबरोबर विटीदांडू, गोट्या खेळत असे. पुढे तो घरातले पाणी भरणे, धारा काढणे अशी कामेही करू लागला. बाईंची मुले तेव्हा शिकत होती. मुलांचे मित्र, मुलींच्या मैत्रिणी घरी येत. बाईंनी घरातील पाण्याचा हौद सर्वांसाठी खुला केला होता; पण अस्पृश्य मुलगा या घरी पाणी भरतो आणि हौद सर्वांसाठीच खुला आहे, हे पाहून मुला-मुलींच्या मित्र-मैत्रिणींचे घरी येणे बंद झाले. बाईंच्या मुलांचे मन यामुळे शंकेने व्याकूळ झाले. कालांतराने त्यांना समजले, की एक अस्पृश्य मुलगा

पाणी भरतो, त्यामुळे ते पाणी वर्ज्य; पण तोपर्यंत जातीभेदाचे वारेही बाईंनी मुलांपर्यंत पोचू दिले नव्हते. खरे तर तत्कालीन सामाजिक रूढींवर कृतीतून केलेला हा आघातच होता. बाईंनी समाजाची पर्वा केली नाही. त्या म्हणत, 'या मुलाला मी माझ्या मुलांबरोबर वाढवले आहे. त्याची जात हा काही त्याचा दोष नाही. जातीयता हा आमच्या समाजाला लागलेला रोग आहे व तो दूर करायलाच पाहिजे; मग आम्हाला लोकांनी वाळीत टाकले तरी चालेल.'

एके दिवशी पारूबाई शिंदे नावाच्या धनगर समाजातील बाई नवरा गेल्यावर बाईंकडे आल्या. त्यांना तीन मुली व एक मुलगा होता. बाईंनी त्यांना आश्रय दिला. शेतीवरील एका झोपडीत त्या राहू लागल्या. बाईंची मुले त्यांच्या मुलांबरोबर खेळत असत. तत्कालीन रूढिप्रिय समाजासाठी ही बाब अनाकलनीयच. पारूबाईंना त्यांनी घरकाम, शेतीकाम अशा अनेक गोष्टी शिकवून तरबेज केले. त्या पवार कुटुंबातीलच एक होऊन गेल्या. त्यांच्या सर्व मुलींची लग्नेदेखील बाईंच्या शेतावर झाली. पुढे मुलांच्या शिक्षणासाठी बाईंनी पुण्याला बिऱ्हाड केले, तेव्हा पारूबाई त्यांच्या मुलांसह बाईंच्या मुलांबरोबर राहिल्या व सर्व घरकाम पाहू लागल्या. पारूबाईंचा मुलगाही बाईंच्या मुलांबरोबर शाळेत जात असे. शेतावरच्या इतर गड्यांच्या मुलांना शिकविण्यासाठी त्या आग्रही असत. त्यांच्या शाळेची फी, वह्या-पुस्तके, इतर अडचणींमध्ये स्वतः लक्ष देऊन त्या सोडविण्याचा प्रयत्न करीत. बाईंनी कौटुंबिक मूल्यांप्रती घालून दिलेल्या आदर्शांचे पालन बाईंच्या सुना कोणताही गाजावाजा न करता करीत आहेत. बाईंनी ज्या हरिजन कुटुंबाचा सांभाळ केला, त्या कुटुंबाचे; एवढेच नव्हे तर त्यांच्या मुलाबाळांची सुद्धा व्यक्तिगत काळजी अजूनही घेतली जाते. अशा तीन-तीन पिढ्या जोडल्या गेल्या, याचे कारण म्हणजे बाईंचे सगळ्यांवरच खोलवर झालेले संस्कार आणि

या हरिजन कुटुंबाचीही सर्वांवर असलेली निष्ठा.

बाई जिथे-जिथे राहिल्या, तिथे त्यांनी भोवतालच्या लोकांशी जवळचे संबंध प्रस्थापित केले. या मंडळींना हाक मारताना त्यांच्यापुढे काका किंवा मामा जोडायला बाई मुलांना सांगत असत. एक नारायण मामा म्हणून शिंपी होते. ते जन्मापासून बहिरे होते. त्यांना बाईंनी हातावर बोटाने लिहायला, वाचायला शिकवले. ते त्यात एवढे तरबेज झाले, की गिऱ्हाईक आले, की नारायणमामा आपला हात पुढे करीत. मग गिऱ्हाइकाने लिहिलेला प्रत्येक शब्द ते सहज वाचून त्याचे उत्तर देत असत. त्यामुळे त्यांचा व्यवसायही खूप वाढला. बाईंचा निरोप आला, की ते हातातील काम टाकून घरी यायचे.

रखमा ही बोहारीण समाजातील बाई जुने कपडे घेऊन त्या बदल्यात नवी भांडी देत असे. ती त्यांच्याकडे दर वर्षी दिवाळीनंतर यायची. दिवाळीला नवीन कपडे शिवल्यानंतर जुने कपडे, साड्या वगैरे बाई बोहाऱ्यांसाठी ठेवीत असत. त्या वेळी रखमा येत असे. ती खूप लांबून चालत यायची. तेथे आल्यावर बाई तिला पाणी व शिल्लक राहिलेले अन्न देत. त्यानंतरच त्यांची सौदेबाजी सुरू होई. शेवटी सौदा पक्का झाल्यावर बाई तिला एखादी जुनी साडी भेट म्हणून द्यायच्या व तीदेखील एखादे भांडे बोनस म्हणून ठेवून जायची. पुढे वार्धक्याने तिचे येणे थांबले. आमराईत बंगला झाल्यावर ती एकदा आली. या वेळी ती खूपच थकली होती. म्हणाली, 'बाई, आता भांड्यांचे ओझे पेलवत नाही. तुला भेटावेसे वाटले म्हणून आले. तू बंगल्यात आलीस. तुझी मुले तर राजवाड्यात राहतील. तुझी पुण्याई मोठी आहे.' रखमाच्या डोळ्यांत अश्रू आले होते. बाईंनी तिला एक नवी साडी व थोडे पैसे दिले आणि सांगितले, 'रखमे, कधीही अडचणीत असलीस तर ये, काळजी घे.' पण रखमा पुन्हा कधीच आली नाही.

बाईंनी स्वतःच्या मुलांच्याही मनावर जुन्या खुळचट, अनिष्ट विचारांचा, परंपरांचा गंज कधीही चढू दिला नाही. आचारविचार आणि उच्चार यांची शुद्धी त्यांना मुलांकडून कायम अपेक्षित असे. बाईंनी समाजमंदिरातील सामाजिक बांधिलकी जपण्याच्या व समाजऋण जाणण्याच्या कार्याचा पाया घातला.

सर्व चराचर सृष्टीत, निसर्गात एक विशिष्ट लय आढळते. तमाम सृष्टीच्या व्यापाराचे सूक्ष्म निरीक्षण करताना आपल्याला ठळकपणे जाणवते, भावते ती त्यातील लयबद्धता, नियमबद्धता, आखीव-रेखीवता. असे वाटते, त्या सृष्टीच्या नियंत्याने हे सर्व मनमोहक जग किती नियोजबद्ध घडवले असेल! बाईंचे मुलांना घडवणे हेही इतकेच योजनाबद्ध आणि आखीवरेखीव आहे, की खरोखरी असे वाटावे, बाईंनी प्रत्येक गोष्ट ही ठरवूनच केली असावी. त्यांचे मन कायमच मुलांच्या उज्ज्वल भविष्यकाळासाठी स्वप्न पाहत असावे. त्या स्वप्नाच्या परिपूर्तीच्या ध्यासानेच मुलांची योग्य पद्धतीने जडणघडण घडवली असावी; मात्र ते 'स्वप्न' स्वप्नवत वाटावे, इतक्या सुंदर रीतीने साकारले गेले! प्रत्येकाच्या जीवनमार्गाचे त्यांनी काटेकोरपणे व सखोल चिंतन केलेले जाणवते.

एकदा प्रतापराव आणि बाई रस्त्याने चालले होते. रस्ता थोडा खराब, थोडा चांगला होता. प्रतापरावांनी चालण्याचे अंतर कमी करण्यासाठी थोड्या चिखलातून जाण्याचा पर्याय स्वीकारला. बाईंनी लगेच त्यांना तिथे दटावले, 'तुला चांगल्या रस्त्याने चालता येत नाही का? फार तर काय होईल, जास्त चालावे लागेल; पण खराब रस्त्याने का चालायचे?' योग्य क्षणी योग्य ती गोष्ट परिणामकारकरीत्या कानावर घालण्यामध्ये त्यांचा हातखंडा असे. बाई मुलांना सांगत, 'शिक्षणाबरोबरच यश, प्रगती आणि समृद्धी मिळवायची असेल, तर तुम्ही जग बघून या,

जगातील समृद्धी बघून या. मनाची, बुद्धीची दारे उघडी ठेवून उघड्या डोळ्यांनी जग जाणा. प्रगतीची नवनवीन शिखरे आत्मसात करा. जगातील अनुभव, वेगळे ज्ञान संपादित करा.' केवळ रूढ विचारांची री ओढणे त्यांना आवडत नसे. शून्यातून जग निर्माण करण्याची ताकद मुलांमध्ये असली पाहिजे. जगाच्या बाजारपेठेत स्वतःचे स्थान निर्माण करण्यासाठीचे आडाखे त्यांनी दिले. त्यांनी आपल्या थोरल्या मुलीला लिहिलेल्या एका पत्रात म्हटले आहे, 'मुलांना फुलू द्यावे, त्यांच्या कीर्तीचा सुगंध पसरण्यासाठी प्रयत्न करावा आणि त्या वासावर आनंदात जगावे.'

बिटस् पिलानी येथील शिक्षण संपल्यानंतर प्रतापराव माधवरावांच्या बरोबरीने व्यवसायात उतरले. सुरवातीला आर्थिक अडचण तर भेडसावत होतीच; पण शिक्षण देण्यापर्यंतच आई-वडिलांची जबाबदारी होती. त्यामुळे घरातून कुठल्याही प्रकारची आर्थिक मदत मिळण्याची अपेक्षा नव्हती. अशा वेळी प्रतापरावांच्या एका मित्राने त्यांना दहा हजार रुपये उसने म्हणून दिले. या मित्राने तेव्हा म्हटले होते, ''व्यवसायात यशस्वी झालास, तर आनंदच आहे; पण अयशस्वी झालास तर गंगार्पण म्हणून सोडून देईन.'' आपल्या मुलावर कोणीतरी एवढा गाढ विश्वास ठेवते आहे, याचे बाई-आबांना मोठे समाधान होते. तेव्हा आठवणीत राहण्यासारखे त्यांचे उद्गार होते, ''हे दहा हजार रुपये आम्हाला तुझ्या डिग्रीपेक्षाही मोलाचे आहेत.''

* * *

२४

बाईंमधील आईपणाचा विचार करताना, त्या आई म्हणून जेवढ्या महान जाणवतात, तेवढ्याच त्या पत्नी म्हणूनही महान होत्या. समाजाचा आधार या नात्यानेही त्या थोर होत्या. खरे तर एका स्त्रीची किती रूपे असावीत? आई, भगिनी, मुलगी, पत्नी की सखी? सृष्टीच्या नियंत्याने स्त्रीला वेगवेगळ्या बंधनांत जखडले आहे, असे म्हणण्यापेक्षा किती वेगवेगळी रूपे दिली आहेत फुलायला? यातले खरे कोणते रूप फुलवायचे, खुलवायचे हा जिच्या तिच्या इच्छाशक्तीचा प्रश्न. बाईंची अशी किती रूपे न्याहाळावीत? या रूपाला विद्रूप करण्याचा प्रयत्न नियतीने किती वेळा केला असावा? पण बाईंना मुळापासून उन्मळून कोलमडून पडलेले कोणी पाहिले नाही. कारण सृष्टीच्या नियंत्याने या सर्व रूपांआड एक महान रूप त्यांना प्रदान केले होते. ते म्हणजे स्वयंप्रज्ञ, समर्थ स्त्रीत्व!

साधारणपणे १९५१-५२ साल असेल. आबांच्या सोसायटीतील नोकरीच्या राजीनाम्यानंतर बाई-आबांनी बारामतीतील सोसायटीचे घर सोडले आणि आमराईत घर बांधले; पण शेतीची व्याप्ती वाढल्याने त्यांना कधी कधी शेतावरही राहणे भाग असे. बाई शेतावर राहत होत्या, त्या वस्तीच्या आसपास एक आडदांड बैल होता. तो सर्वांनाच त्रास देत असे. देवाला सोडलेला पोळ असे अशा बैलांना म्हणतात. एकदा तो वस्तीवर आला. बाईंच्या घरी कायम माणसांचा राबता असे. विद्यार्थिदशेतील काही मुले तर शाळेसाठी राहायलाच असत. त्यातीलच एका विद्यार्थ्याने त्या बैलाला बंदुकीने गोळ्या मारल्या. बैलाला इजा झाली; पण बैल काही गेला नाही. दुसऱ्या दिवशी सकाळीच उठून तो बैल कसा आहे, त्याला कितपत लागले आहे, ते बघण्यासाठी बाई गेल्या. बाईंना खरे तर त्या दिवशी लोकल बोर्डाच्या बैठकीला जायचे होते. त्यांच्या अंगावर पांढरी साडी होती. बैठकीला जाताना त्या पांढरी

साडी नेसत. आदल्या रात्री ज्यांनी बैलाला मारले, त्याच्याही अंगावर पांढरे कपडे होते. तो बैल आधीच खरे तर खूप चिडला होता. त्यामुळे बाई त्याला पाहायला गेल्या, तशी त्याने उठून त्यांना जोरात धडक दिली. बाईंनी अर्थातच त्याला प्रतिकार करण्याचा प्रयत्न केला. तो तसतसा चिडून धडक देत होता. बाई ओरडल्या. प्रतापराव तेव्हा लहान म्हणजे पाच-सहा वर्षांचे होते. ते शाळेत निघाले होते. त्यांनी आबांना सांगितले, 'कोणाच्या तरी ओरडण्याचा आवाज ऐकू येत आहे;' आणि ते शाळेत निघून गेले. आबाही आवाजाचा कानोसा घेऊ लागले; पण आबांच्याही पटकन लक्षात येईना कोणाचा आवाज येतोय ते. एव्हाना बाईंना त्या बैलाने चारही पायांच्या मधे घेतले होते. बाईंचा प्रतिकार चालूच होता; पण सुटका होणे अशक्य होते. खरा प्रकार लक्षात येताच आबा इतरांना घेऊन बाईंजवळ पोहोचले; परंतु बाईंची आता सुटका करणे कोणालाही अशक्य होते. बैल चिडून बाईंना धडका देतच होता. दावणीला दोन बैल होते, ते दावण सोडून निसटले. त्यांनी त्या आडदांड बैलाला शिंगांनी फेकले आणि मग कुठे बाईंची सुटका झाली! या सर्व प्रकारात बाईंच्या उजव्या पायाच्या मांडीच्या हाडाचा चुरा झाला होता. अशा परिस्थितीत अंडेवाल्याच्या व्हॅनमधून बाईंना पुण्याला आणले गेले. बरोबर आबा, प्रतापराव होते. पुण्यात एका प्रसिद्ध डॉक्टरांच्या दवाखान्यात त्यांना दाखल केले. डॉक्टरांनी तत्परता तर दाखवली नाहीच; उलट हलगर्जीपणाच केला. बाईंना एका फळकुटावर झोपवले, दुसऱ्या दिवसापर्यंत त्यांच्याकडे लक्षच दिले नाही. या प्रकाराने आबा खूप चिडले. त्यांनी बाईंना दुसऱ्या दवाखान्यात दाखल केले. केवळ डॉक्टरांच्या खोडसाळपणामुळे एखाद्या व्यक्तीच्या जिवाची कशी हेळसांड होऊ शकते, याचेच दर्शन यातून घडते. दुसऱ्या डॉक्टरांनी प्लॅस्टर वगैरे केले; पण आबांनी नंतर घरी न्यायची घाई केली. ओले

प्लॅस्टर घेऊन बाईंना घरी आणले. त्यांच्या बरोबर प्रमिलाअक्का, सुनीताताई, प्रतापराव होते. त्याकाळी प्लॅस्टर सिमेंटचे असायचे. पुण्याहून बारामतीला गाडीमधून येताना बाईंना फार त्रास झाला. प्लॅस्टर ओले असल्याने रस्त्याच्या चढ-उतारानुसार प्लॅस्टरही सरकायचे, त्यामुळे पाय नीट जोडला गेला नाही. उजवा पाय थोडा कमी झाला. या अपघातानंतर बाईंना काही महिने अंथरुणावर पडून राहावे लागले. सतत कामात राहणाऱ्या बाईंना फार काळ अंथरुणावर पडून राहणे शक्य झाले नाही. त्यांनी प्लॅस्टर फोडले आणि कुबड्या घेऊन त्या चालू लागल्या. बाईंचे हे आजारपण म्हणजे कुटुंबावर संकटच होते. त्यांचे वय होते अवघे ३९-४० वर्षांचे. आतापर्यंत त्यांनी अमाप कष्टांनी घराला प्रगतीचा मार्ग दाखवला होता. सर्वांत थोरला मुलगा प्रख्यात कायदेपंडित म्हणून नावारूपाला आलेला होता. मधली मुले शिकत होती, तर धाकटे प्रतापराव आणि नीलाताई फारच लहान होते. या आजारपणामुळे कुटुंबाच्या दिनक्रमातील बाईंचे असणे थांबले. बाईंना असे अंथरुणावर पडलेले कधी कोणी पाहिलेलेच नव्हते.

या अपघाताने एका क्षणात लोकल बोर्डाच्या कामकाजातील चौदा वर्षांची अखंड तपश्चर्या थांबली. लोकल बोर्डाच्या माध्यमातून विविध पातळ्यांवरच्या लोकांशी संपर्क ठेवून ग्रामीण जनतेचे, शेतकरी वर्गाचे प्रश्न त्या सोडवीत असत. त्यातून आबा-बाईंचा मोठा जनसंपर्क निर्माण झालेला होता. लोकांना सल्ल्यासाठी, मदतीसाठी बाईंची गरज पडत असे. तत्कालीन सामाजिक समस्यांशी बाईंची फार जवळीक निर्माण झालेली होती. सामान्य जनतेच्या दैनंदिन जीवनातील समस्या मांडण्यासाठी लोकल बोर्डाच्या व्यासपीठाचा त्यांना फार उपयोग होत असे. भारताला स्वातंत्र्य मिळून चार-पाचच वर्षे झाली होती. भारतीय लोकशाही अजून बाल्यावस्थेतच होती. अशाच काळात अनुभवसमृद्ध,

सामाजिक प्रश्नांची, शेतकरीवर्गाच्या अडीअडचणींची जाण असलेले, 'सार्वजनिक व्यक्तिमत्त्व' भारतीय लोकशाहीच्या क्षितिजावर झळकू पाहत होते. नेमके याच वेळी त्यांच्यासारख्या कर्तबगार व अनुभवी स्त्रीला राजकीय व सामाजिक चळवळींच्या प्रवाहापासून काही काळापर्यंत का होईना दूर व्हावे लागले. बाई प्रवाहात असत्या, तर भारतीय लोकशाहीच्या क्षितिजावर नक्कीच वेगळे चित्र उमटले असते.

पण नियती नावाचा खेळ अजब आहे. नियती माणसाला सदासर्वकाळ कधीच सुखात ठेवत नाही. दुःखांचे व संकटांचे तीव्र आघात माणसावर करण्यात नियतीला नेहमी धन्यताच वाटत असावी. बाईंनी उभ्या आयुष्यात सुखाचे निवांत क्षण खूप कमी अनुभवले. मानवाचे जीवन अशाश्वत, क्षणभंगूर आहे. त्याचा देह आणि बुद्धी यांची कुवत मर्यादित आहे. तो एका क्षणी जिवंत, तर दुसऱ्या क्षणी मरणोन्मुख आहे; पण मानवाला देवाची एक महान देणगी आहे, ती म्हणजे इच्छाशक्ती!

उर्वरित उणापुरा तेवीस वर्षांचा कालावधी बाईंनी स्वतःच्या जाज्वल्य इच्छाशक्तीच्या बळावर अजरामर केला. अंथरुणावर पडल्या असल्या, तरी बाईंना सतत मुलांची काळजी लागलेली असायची. एक दिवस बाई ज्या खोलीत होत्या, त्याच्या शेजारच्या खोलीत मुले झोपली होती. त्या खोलीचे दार बंद होते. बाईंना वाटले, त्या दाराला बाहेरून कोणी तरी कडीच घातली की काय? प्लॅस्टरचा पाय घेऊन बाई तशाच कॉटवरून खाली आल्या आणि सरकत-सरकत दारापर्यंत कडी काढण्यासाठी गेल्या; पण कडी नव्हती. बाईंना तसे वाटले आणि कोणालाही न उठवता स्वतःच दारापर्यंत गेल्या.

आजारपणातून बऱ्या झाल्यावर बाईंनी कौटुंबिक जबाबदारी, शेती या गोष्टी उत्तम रीतीने सांभाळल्या. उर्वरित काळात त्यांनी संपूर्ण कुटुंबाला

प्रगतिपथावर नेऊन ठेवले. बाईंची उदंड इच्छाशक्ती, चैतन्यदायी प्रेरणा आणि मुलांप्रतीचे अनेक शुभ आशीर्वाद स्वप्नपूर्तीचा तेजस्वी मार्ग साकारायला कारणीभूत ठरले. त्यानंतरही सामाजिक कार्यात त्यांचा सहभाग असे; पण लोकल बोर्डाच्या माध्यमातून मांडल्या जाणाऱ्या सामाजिक समस्यांना, तेथील कामकाजाला खीळ बसली, ती मात्र कायमचीच!

इथून पुढच्या दिवसांत कर्मयोग हाच त्यांच्या जीवनाचा ध्यास आणि समाजकारण हाच त्यांच्या जीवनाचा श्वास बनून गेला. काही व्यक्तींचे दैवच इतके खडतर असते, की त्यांच्या गुणांचे मूल्य ज्या वेळी ज्या पद्धतीने व्हायला पाहिजे, त्या वेळी त्या पद्धतीने होत नाही. अडचणी, संकटे यांच्या दरीतूनच त्यांचा मार्ग शिखराकडे जात असतो; पण तरीही हव्या त्या वेळेत हवे ते शिखर सर करता येईलच असे नाही! या अपघातामुळे उरलेली जवळपास तेवीस वर्षे त्यांना कुबड्या घेऊन फिरावे लागले; पण त्या थांबल्या नाहीत. क्रियाशीलता, उद्यमशीलता ही प्रगतीची द्योतके होत, निश्चलता अधोगतीकडे नेते, हेच बाईंचे जीवनसूत्र होते.

* * *

२५

सहकाराचे शिल्पकार श्री. वैकुंठभाई मेहता यांचे खंदे सहकारी म्हणून आबा ओळखले जातात. महाराष्ट्राची भूमी सहकारी चळवळीला प्रथमपासूनच पोषक ठरली आहे. सहकारी चळवळीच्या नेतृत्वाच्या निर्मितीस जी काही महत्त्वाची कारणे आहेत, त्यांमध्ये ग्रामीण क्षेत्रात कष्टमय जीवन जगणाऱ्या जनतेचे आर्थिक जीवन सुसंपन्न बनवून दारिद्र्याचे उच्चाटन व्हावे, सावकारी पाशात जखडल्या गेलेल्या शेतकऱ्याला त्या पाशातून मुक्त करून त्यांची आर्थिक गुलामगिरी संपुष्टात आणावी आणि हे सर्व करीत असतानाच सहकाराच्या माध्यमातून राष्ट्रीय विकासाच्या कार्यातील वाटा उचलला जावा, या ध्येयाने महाराष्ट्रात वैकुंठभाई मेहता, धनंजयराव गाडगीळ, पद्मश्री विखे पाटील आदी प्रभृतींनी कार्य केले. यांच्याबरोबर आबांनी जवळचे संबंध प्रस्थापित केले होते.

इ.स. १९११च्या सुमारास श्री. लल्लूभाई सामलदास मेहता व विठ्ठलदास ठाकरसी यांनी मुंबई इलाख्यातल्या पहिल्या सहकारी बँकेची स्थापना केली. या बँकेचे नाव 'बॉम्बे अर्बन को-ऑपरेटिव्ह बँक' असे होते. याच वर्षी या बँकेची पहिली शाखा बारामतीला उघडण्यात आली. पुढे १९१७मध्ये या बँकेचे नामांतर 'बॉम्बे सेंट्रल को-ऑपरेटिव्ह बँक' असे झाले. त्याचे मॅनेजर म्हणून लल्लूभाईंचे चिरंजीव श्री. वैकुंठभाई मेहता बारामतीत हे काम बघत होते. ही बँक अडतीचा व मालखरेदीचा व्यवहार करीत होती. अशाच व्यवहारातून सोसायट्यांचा खरेदी-विक्री संघ रजिस्टर करावा, असे तत्कालीन पुढारी मंडळींनी व बॉम्बे प्रोव्हिन्शियल बँकेचे चालक वैकुंठभाई मेहता यांनी ठरवले. खरेदी-विक्रीचे काम हे काही बँकेचे नित्याचे, कायमचे काम नव्हे. ते काम सहकारी पायावर भरभक्कम उभे राहिले पाहिजे, म्हणून सदर मॅनेजर श्री. वैकुंठभाई मेहता, त्या त्या ठिकाणच्या शेतकऱ्यांनी व प्राथमिक सहकारी

संस्थांनी एकत्र येऊन सहकारी खरेदी-विक्री संस्था स्थापन करण्यास सुरवात केली. सहकारी पतपुरवठा व सहकारी खरेदी-विक्री यंत्रणा यांमध्ये समन्वय साधल्यास शेतकऱ्यांवरील सावकार व व्यापारी यांची पकड ढिली करून त्यांना काहीसे आर्थिक स्वास्थ्य व सुरक्षितता प्राप्त करून देता येईल, हा उद्देश प्रामुख्याने त्यामागे होता. त्यातूनच 'नीरा कॅनॉल्स सोसायटयांचा सहकारी खरेदी-विक्री संघ' या संस्थेची निर्मिती झाली.

आबा त्या वेळी तालुका सुपरवायझिंग युनियनचे सुपरवायझर म्हणून काम पाहत होते. आबांचे काम अतिशय तत्त्वनिष्ठ असे. कामातील प्रामाणिकपणा, सचोटी पाहून बँकेमार्फत त्यांना सेक्रेटरीपदासाठी बोलावून घेतले गेले. नंतर ते मॅनेजिंग डायरेक्टर झाले आणि सहकारी संघ चांगलाच नावारूपास आणला. शेतकऱ्यांच्या मालाला योग्य भाव मिळविण्याच्या दृष्टिकोनातून सहकारी पद्धतीवर खरेदी-विक्रीचे प्रयत्न केले. विशेषतः गुळाला योग्य तो भाव मिळवून देण्याचा पायंडा पडला. त्याचप्रमाणे सहकारी संघात सामील झालेल्या सोसायटयांच्या सभासदांना केवळ सहकारी माध्यमातून पतपुरवठा करून भागणार नाही, तर सहकारी पतपुरवठ्याबरोबर शेतीसाठी लागणारी खते, पेंड, सल्फेट, मिश्रण, सुधारलेली खते, उत्तम बी-बियाणे योग्य किमतीत उपलब्ध करून देणे, तसेच आधुनिक पद्धतीची यंत्रे विकत अगर भाड्याने देणे या प्रकारची विविध कामे हाती घेतली. हे सर्व करताना पै-पैचा व्यवहार काटेकोरपणे हाताळला.

पुढे स्थानिक परिसरातील विरोधकांच्या धमकीमुळे, दहशतीच्या वागणुकीमुळे मॅनेजिंग डायरेक्टर या पदावरून दूर होण्याची वेळ आली. आबा तत्काळ राजीनामा देऊन बाहेर पडले. सुखस्वप्ने तर सगळ्यांनाच पडतात. मनुष्याला कायमच सुखी आयुष्याची आशा असते. सुख-दुःखे

ठरवून किंवा सांगून कोणाच्या वाट्याला येत नसतात. दुःखाची हलकीशी छटाही माणसाचे अवघे जीवन करपून टाकायला कारणीभूत ठरते. त्याला नाउमेद व्हायला होते; परंतु अशा दुःखी झळांनी नामोहरम न होता, लढवय्या मनोवृत्तीने आबांनी अशा दुःखाचे कढ पचवले. त्यांना बाईंची भक्कम साथ होतीच.

आबांमधील समाजकारणी त्यांना स्वस्थ बसू देत नव्हता. या संघातील कार्याचा, अनुभवविश्वाचा उपयोग आबांना भवानीनगर सहकारी साखर कारखान्याच्या उभारणीत झाला. हाती आलेल्या कामाचा व वेळेचे सदुपयोग करण्याचे आबांनी निश्चितपणे ठरवले असावे. त्यातूनच पुढे बारामती परिसरात सहकार व शैक्षणिक क्षेत्रात त्यांनी भरीव कार्य केले. त्यांच्या कार्याचे दूरगामी परिणाम पुढील काळातील बारामती भागातील विकासकामांवर घडून आलेले दिसतात.

स्वातंत्र्यापूर्वीच्या बिकट आर्थिक स्थितीत स्वतंत्र व्यवसाय किंवा कारखानदारी सुरू करणे ही अशक्य कोटीतील बाब होती. भरपूर पैसा, ज्ञान, कौशल्य या गोष्टी असतील, तरच एकट्या व्यक्तीला त्या काळी कारखाना काढणे शक्य असे. या संकल्पनेला तडा देणारी 'सहकार' ही पद्धत निघाली. आर्थिक दुर्बलतेला आधार देणारी एकमेव गोष्ट ठरली, ती म्हणजे सहकारी चळवळ. अनेकांनी एकत्र यायचे आणि सहकार्य करून प्रकल्प उभारणीचे कार्य घडवायचे. एक बांबू तोडण्याचा प्रयत्न केला, तर तो सहज तोडता येईल; पण अनेक बांबूंचा गठ्ठा बांधला, तर तो तोडता येणार नाही. सहकार क्षेत्र या पद्धतीचे आहे.

काटेवाडी या गावापासून तीन मैल अंतरावर सणसर हे गाव आहे. या भागात सरकारने जाहीर केले, की इथले लोक जर एकत्र येत असतील, तर सरकार त्यांना कारखान्याच्या उभारणीसाठी परवानगी देईल. त्याप्रमाणे बारामती आणि इंदापूर तालुक्यांतील नीरा डावा- उजवा कॅनॉल

फाटा नं. २६ ते ४५ या भागातील ऊस उत्पादक शेतकऱ्यांनी सणसर या गावी २६ जून १९५४ रोजी कारखाना उभारणीच्या विचारविनिमयार्थ सभा भरवली. या सभेत कारखाना काढण्याचे ठरले. कारखान्याला छत्रपती शिवाजी सहकारी साखर कारखाना असे नाव दिले. आबांचे सार्वजनिक जीवनातील यश व अनुभव यांचा लाभ या कारखान्याच्या उभारणीच्या कार्यात नक्कीच चांगल्या प्रकारे झाला. त्यांचा शेतकऱ्यांशी परिचय असल्याने भांडवल जमवताना फारसे कठीण गेले नाही. आबांचा नैतिक दबदबा एवढा होता, की आबा सांगतील, तसे लोक वागायचे. आबांच्या म्हणण्याप्रमाणे ऐकायचे. पहिल्या तीन महिन्यांमध्ये तीन लाख रुपये जमा झाले. रा. ब. दादासाहेब शेंबेकर यांचीही प्रत्यक्ष भांडवल जमा करण्याच्या कामी मदत झाली. कारखाना उभारणीच्या कार्यात डॉ. शिरनामेसाहेब व डॉ. धनंजयराव गाडगीळ यांच्या मार्गदर्शनाची अत्यंत मदत झाली. रजिस्ट्रेशन झाले आणि सणसरची सर्व मंडळी माहिती विचारण्यासाठी प्रवरानगरला गेली. त्या वेळी अखंड हिंदुस्थानात प्रवरानगरलाच एकमेव सहकारी साखर कारखाना होता. तिथे अप्पासाहेब होते. बी.एस्सी. (ॲग्रि.) झाल्यानंतर अप्पासाहेब प्रवरानगरच्या कारखान्यात शेतकी अधिकारी या पदावर काम करू लागले.

आबा त्या वेळी अप्पासाहेबांना म्हणाले, ''तू असा किती दिवस लोकांची चाकरी करणार? आपलाच कारखाना उभा कर ना तू. तुला आम्ही लागेल ती, आम्हाला जमेल ती मदत करतो.'' तेव्हा अप्पासाहेब पद्मश्री विखे-पाटलांना म्हणाले, ''मला इथेच बरीच संधी मिळाली आहे. या कामासाठी तुम्हाला इतर कोणीही माणूस मिळेल.'' विखे-पाटलांनी त्यांना परवानगी दिली. योगायोगाने सणसरच्या मंडळींनी प्रवरानगरचीच शुगर फॅक्टरी विकत घेतली आणि सणसरला फॅक्टरी सुरू केली. हा संपूर्ण महाराष्ट्र राज्यातील दुसरा सहकारी साखर कारखाना. या

कारखान्याचे भूमिपूजन कर्मवीर भाऊराव पाटील यांच्या हस्ते १३ मे १९५६ रोजी झाले. आबा या कारखान्याचे संस्थापक-संचालक होते, तर अप्पासाहेब प्रथम सेक्रेटरी, नंतर मॅनेजिंग डायरेक्टर, नंतर अध्यक्ष झाले, तर वसंतराव कायदा सल्लागार म्हणून १९६२पर्यंत काम पाहत होते. अप्पासाहेबांनी अत्यंत वेगाने काम केले. अवघ्या दहा महिन्यांत साखर तयार केली. अखंड हिंदुस्थानात इतक्या लवकर साखर तयार करण्याचा विक्रम होता तो. अप्पासाहेब एकटे तीन-चार खाती सांभाळीत होते. कारखान्यातील जवळजवळ सगळी खाती अप्पासाहेबांनी हाताळली. पुढे अनंतरावांनीही कारखान्याचे संचालक या नात्याने बरीच वर्षे सूत्रे सांभाळली.

अत्यंत संयमी, काटकसरी, धोरणी व्यवस्थापनाचा पायंडा आबांनी व इतर संचालक मंडळींनी या कारखान्यात घालून दिला, त्यामुळे हा कारखाना उसाला जास्तीत जास्त भाव देण्याचा प्रयत्न करीत असतो. संचालक असूनही आबांनी कारखान्याची गाडी कधीही वापरली नाही.

सहकाराविषयीचे आबांचे चिंतन काळाच्या पुढे होते. त्यांच्या दृष्टीने सहकार हा एक स्वावलंबनाचा मार्ग होता. सर्वश्री वैकुंठभाई मेहता, डॉ. धनंजयराव गाडगीळ, पद्मश्री विखे-पाटील व आबांसारख्या प्रभृतींच्या प्रयत्नांमुळेच ग्रामीण जीवनात नवा विश्वास जागविणारी व परिवर्तन घडविणारी शक्तिशाली व क्रांतिकारक अशी सहकारी यंत्रणा निर्माण होऊ शकली. सहकारी कारखानदारीतून ग्रामीण भागाचा केवळ कायापालटच झाला नाही, तर ग्रामीण विकासाला-राहणीमानाला वेगळी व वेगवान दिशा देण्याचे कार्य या चळवळीने केले. सहकारी साखर कारखानदारी ही प्रादेशिक विकासास प्रेरक ठरली, त्यामुळे पारंपरिक ग्रामीण व्यवहारांमध्ये बदल तर घडून आलेच, पण नवीन सधनवर्ग ग्रामीण विभागात निर्माण झाला. या कारखान्याच्या कामगारांसाठी

अल्प दरात वीज, पाणी यांसह राहण्याची व्यवस्था केली गेली, तसेच कारखान्याच्या वतीने पतपेढी, ग्राहकसंस्था, क्रीडामंडळ, महिला मंडळ यांसारख्या संस्थांना सतत आर्थिक सहकार्य करण्याची सोय केली. मर्दानी खेळांसाठी आखाडा व मैदानाची सोय केली. सभासद व कामगार यांच्या सोईसाठी शैक्षणिक सुविधा उपलब्ध करून देण्यात आबांनी विशेष पुढाकार घेतला.

१९५७ मध्ये तेथील कामगारवर्गाच्या आणि आसपासच्या उत्पादक आणि बिगरउत्पादक सभासदांच्या लहान मुला-मुलींच्या प्राथमिक शिक्षणाची सोय करण्यासाठी कारखान्याच्या इमारतीत प्राथमिक शिक्षणाचे चार वर्ग सुरू केले. शेतकऱ्यांच्या मुलांची दुय्यम शिक्षणाची सोय करण्यासाठी कारखान्याच्या मालकीच्या जागेत हायस्कूल काढण्याची योजना आखण्यात आली. त्यासाठी शिक्षक समिती नेमण्यात आली. या समितीमध्ये आबा प्रमुख होते. बारामती येथील हायस्कूल इमारतीच्या धर्तीवर भवानीनगर येथील हायस्कूलच्या इमारतीचा आराखडा तयार करण्यात आला. या हायस्कूलच्या उद्‌घाटनपर भाषणप्रसंगी आबा म्हणाले, ''या वर्षी लावलेल्या हायस्कूलच्या रोपट्याचे एका मोठ्या वृक्षात रूपांतर होईल आणि त्याची मधुर फळे आपल्या भावी पिढीला चाखावयास मिळतील, अशी मला आशा आहे.'' या विद्यालयाला प्रथम श्री छत्रपती विद्यालय हे नाव देण्यात आले. नंतर आबांनी ३० मार्च १९६० रोजी 'श्री छत्रपती शिक्षण संस्था' ही स्वतंत्र शिक्षण संस्था स्थापन केली. याच वर्षी अकरावीचा नवीन वर्ग सुरू झाला. या माध्यमिक विद्यालयास 'छत्रपती हायस्कूल' नाव देण्यात आले. पुढे 'टेक्निकल हायस्कूल' माध्यमाचीही शाळा काढण्यात आली. या नव्यानेच स्थापन झालेल्या 'श्री छत्रपती शिक्षण संस्थे'च्या नियामक मंडळाच्या माध्यमातून आबांनी एकंदरीत अकरा

सभा घेतल्या आणि १२० ठरावांची नियमावली स्वतः लिहून तयार करून मंजूर करवून घेतली.

कर्मवीर अण्णांच्या बरोबरीने आबांनीही शिक्षण विचाराचा विशुद्ध भावाने प्रसार केला. ते शिक्षण विचार नुसतेच सांगत नव्हते, तर स्वतः जगतही होते; पण कोणताही स्वार्थ, मोह, प्रसिद्धी यांकडे पाठ फिरवून, केवळ जीवनकार्य म्हणून ते शिक्षणाचा प्रसार करीत राहिले. बहुजन समाजामध्ये शिक्षणाचा प्रसार होणे व त्याची प्रगती घडून येणे ते अगत्याचे मानीत. अशा कार्याबद्दल त्यांना आत्मीयता होती. या भूमिकेतूनच रयत शिक्षण संस्थेशी त्यांचे सतत निकटचे संबंध होते.

'श्री शाहू बोर्डिंग' वसतिगृहाची स्थापना करून आबांनी लहान वयातच आपल्या शैक्षणिक चळवळीला सुरवात केलेलीच होती. बारामती व परिसरामध्ये जसजशी सुधारणा होत गेली, तसतशी लोकांना शिक्षण घेण्याची आवश्यकता भासू लागली. त्यासाठी चांगल्या प्रतीच्या शैक्षणिक सोईसुविधा असणारी शाळा बारामतीत असावी, याची निकड आबांना व त्यांच्या सहकाऱ्यांना भासू लागली, त्यामुळे आबांनी कर्मवीर अण्णांना गळ घातली, की रयत शिक्षण संस्थेची एक शाळा इथे असावी. त्याप्रमाणे संस्थेची शाळा स्थापन करण्याचा निर्णय झाला; पण शाळा सुरू करावयाची म्हणजे जागेचा प्रश्न आला. यासाठी आबा, श्री. नारायणराव कदम, श्री. धों. आ. सातव आदी मंडळींनी 'श्री शाहू बोर्डिंग'ची सुसज्ज इमारत शाळेसाठी भाड्याने देऊन ही गरज भागवली. शाळेच्या स्थापनेप्रसंगी कर्मवीर अण्णाही उपस्थित होते. आबा तेव्हा व्यवस्थापक समितीचे अध्यक्ष होते. शाळेत दैनंदिन अभ्यासाखेरीज विद्यार्थ्यांमध्ये नागरिकत्वाचे चांगले गुण निर्माण व्हावे, म्हणून अनेक शैक्षणिक व सांस्कृतिक कार्यक्रम घडवून आणून विद्यार्थ्यांना त्यामध्ये सातत्याने मार्गदर्शन केले जात असे.

या सर्व कार्यांबरोबरच, रयत शिक्षण संस्थेला वर्गणी गोळा करून देण्याचे आबांचे काम चालूच होते. १९४८मध्ये मुंबई सरकारने रयत शिक्षण संस्थेची ग्रँट बंद केली, तेव्हा आबांनी धान्य गोळा करून संस्थेला मोठी मदत पोचवली होती. सातारा जिल्हा विद्यार्थी काँग्रेसतर्फे एक लाख अकरा हजार एकशे अकरा रुपयांचा निधी परमपूज्य गाडगेमहाराजांच्या हस्ते कर्मवीर अण्णांकडे सुपूर्द करण्यात आला. यातील निधी बारामतीतून जमा करण्यात आबांनी पुढाकार घेतला होता.

एवढ्या मोठ्या प्रमाणावर शैक्षणिक चळवळ उभी करण्यामागे, प्रत्यक्ष कृती करण्यामागे बाई-आबांची विचारसरणीही उत्कटतेने भारलेली होती. ते म्हणत, ''या देशात शिक्षणाचे दोन वर्ग पडतात. एक वंचितांचा आणि एक सुखेनैव शिक्षण घेणाऱ्यांचा. वंचितांच्या वर्गामध्ये प्रामुख्याने खेड्या-पाड्यांतील जनतेचा समावेश होतो; पण या वर्गाला शिक्षणाच्या प्रवाहात सामील करण्याची, त्यांच्या बुद्धीचा विकास करण्याची जबाबदारी खरे तर समाजाचीच आहे. शंभरातील फक्त सात जण उच्च शिक्षण घेऊन बाहेर पडतात. उरलेल्यांचे बुद्धिवैभव आपण वाया घालवले, तर या देशाची जडणघडण कशी होणार? श्रम करून शिकणाऱ्याला शिक्षण सुलभ व सवलतीने मिळाले पाहिजे. देशाप्रती आदर, अभिमान असणारी पिढी घडवायची असेल, तर सर्वप्रथम मुलांना राष्ट्राची संपत्ती मानणे गरजेचे आहे, कारण मुलांच्या संपन्न बौद्धिकतेतूनच राष्ट्राची सुसंपन्न उन्नती साधली जाणार आहे.'' बाई-आबांच्या विचारांना त्यांच्या मुलांनी मूर्त रूप आणले. घरातील एक स्त्री शिकली, तर त्याचा फायदा पूर्ण कुटुंबाला, समाजाला किती चांगल्या पद्धतीने होतो. साक्षात घरातूनच अनुभव आल्यामुळे शारदानगरसारखे फक्त मुलींच्या शिक्षणाचे संकुल उभारण्याचे महत्कार्य अप्पासाहेबांनी घडवून आणले.

अप्पासाहेबांनी खेड्यातील मुलींसाठी शिक्षणाची सोय निर्माण केली. खेड्यातील जनतेच्या मानसिकतेमध्ये बदल घडवून आणला. तिथल्या मुलींना जर शिकवायचे असेल, तर त्यांची राहण्याची सोय केली पाहिजे, नाही, तर त्या शिकू शकत नाहीत, हे प्रथम त्यांनी लक्षात घेतले. त्यासाठी आठशे-साडेआठशे विद्यार्थिनी राहू शकतील, एवढे मोठे वसतिगृह उभे केले. त्यांना सगळ्या सुविधा दिल्या. मुली फक्त पदवीपर्यंतच्या शिक्षणासाठी तिथे आल्या, तरी केवळ पदवी शिक्षण परिपूर्ण नाही, हे लक्षात घेऊन विविध प्रकारचे कोर्सेस सुरू करण्यात आले.

रयत शिक्षण संस्थेच्या कार्यभारात शरदराव बारकाईने लक्ष ठेवून आहेत. शरदरावांनी महिला विधेयकासारखे धोरण जाहीर करून स्त्रियांना शिक्षण, रोजगाराची संधी उपलब्ध करून दिली. इतकेच नाही, तर स्त्रियांना समाजात आदराचे स्थान मिळवून दिले. स्त्रियांच्या गुणकौशल्याकडे पाहण्याची वेगळी दृष्टी समाजाला दिली. महिला विधेयकामुळे महिलांमध्ये आत्मसन्मान, आत्मभान जागृत झाले, त्यामुळेच सर्वच क्षेत्रांत पुरुषांच्या बरोबरीने स्पर्धात्मक पातळीवरून महिला आत्मविश्वासाने, हिरिरीने कार्य करताना, जबाबदारी पत्करताना महाराष्ट्रामध्ये दिसत आहेत. या धोरणामुळे महाराष्ट्रातील संपूर्ण लोकसंख्येतील निम्मी क्रियाशीलता, ऊर्जा, विधायक कार्यासाठी चांगल्या प्रकारे वापरली जाऊ लागली आहे.

शरदरावांनी 'विद्या प्रतिष्ठान'च्या माध्यमातून प्रगत शैक्षणिक तंत्रज्ञान, अत्याधुनिक आणि अद्ययावत दर्जाच्या सोई-सुविधा येथील जनतेला उपलब्ध करून दिल्या आहेत. स्थानिक जनतेचा सर्वांगीण विकास व्हावा, जगभरातील ज्ञान, वैज्ञानिक दृष्टिकोन त्यांच्यापर्यंत पोचावे, यासाठी इंटरनेटसारख्या सोई इथे पुरवल्या जातात. बारामती

हे शिक्षणासाठीचे एक 'मॉडेल' म्हणून विकसित करण्यामागे अप्पासाहेबांची व शरदरावांची मोठी तपश्चर्या आहे. जगामधील व्यापक ज्ञानाच्या आधारे, आबा-बाईंच्या शैक्षणिक चळवळीला त्यांनी पूर्णत्व प्राप्त करून दिले आहे.

सौ. सरोजताईंनीही शिक्षण क्षेत्रात चांगले काम केले आहे. त्यांनी पार्ले येथील शिवाजी विद्यालय शाळेत शिक्षिका म्हणून सुरवात केली. गरिबांची, झोपडपट्टीतील मुले, गुंड प्रवृत्तीची मुले यांना ताईंनी शाळेमध्ये आश्रय दिला, शिक्षण दिले आणि सर्वांत महत्त्वाचे म्हणजे संस्कार दिले. अशा मुलांना सुसंस्कारित शिक्षण देण्यासाठी अनेकविध प्रयोग त्यांनी राबविले. त्यांच्या या सर्व कार्याची दखल राज्य शासनानेही घेतली आहे.

* * *

२६

सामाजिक कामे हा बाईःआबांच्या दैनंदिन जीवनाचाच एक अविभाज्य भाग होता, असे म्टले तर ते फारसे वावगे ठरू नये. त्यांच्या घरात प्रामुख्याने सामाजिक विषयांवर चर्चा घडत असत. पवारांचे घर म्हणजे समाजातील सगळ्या वर्गांतल्या लोकांनी एकत्र भेटण्याचे ठिकाण असे. शिक्षक, राजकारणी, कलावंत, सामाजिक कार्यकर्ते अशा लोकांचा त्यांच्या घरी नित्य राबता असे. सर्व भावंडे आज जी काही आहेत, त्यामागे त्यांची 'सामाजिकदृष्ट्या जागरूक' वातावरणात झालेली जडणघडण असल्याचे जाणवते. बाई-आबा फक्त जगरहाटीच्या रहाटगाडग्यात अडकून न पडता, वेगळ्या पद्धतीचे आयुष्य जगणारे, वेगळ्या वाटेने जाणारे होते. प्रपंच, मुलेबाळे, त्यांचे शिक्षण, संगोपन हे तर घराघरात आहेच. या मळलेल्या वाटेवरून जाणारे अनेक जण आहेत. अशी वेगळी वाट शोधणाऱ्या बाई बुद्धिवादी, पुरोगामी विचारसरणीच्या होत्या. बाईंच्या समाजकार्याच्या वैचारिक जाणिवेचे मूळ राजर्षी शाहू महाराजप्रेरित सत्यशोधक समाजामध्ये आढळते. बाईंचे मेहुणे काकासाहेब तत्कालीन कोल्हापूरच्या सत्यशोधक चळवळीतील अग्रणी होते. साहजिकच बाई-आबाही या चळवळीशी जोडले गेलेले होते. दोघेही सत्यशोधक समाजाची तत्त्वे मानणारे होते. कष्टकऱ्यांची, अंगमेहनत करणाऱ्यांची ही चळवळ बहुजनांमध्ये स्थिरावलेली होती. अन्यायाला वाचा फोडणारी, शेतात राबणाऱ्या शेतकऱ्यांच्या हक्कांसाठी, कारखान्यात काम करणाऱ्या कामगारांच्या न्यायासाठी संघर्ष करणारी ही चळवळ होती. ब्राह्मण, पुरोहितांच्या मध्यस्थीशिवाय लग्ने लावण्याचा उपक्रम महात्मा जोतिराव फुल्यांनी सुरू केला. बाई-आबांचे लग्नही काकासाहेबांनी मराठा पुरोहितांकडूनच लावले होते. पुढे काही कारणाने सत्यशोधक चळवळ थंड पडत गेली.

बाई जेव्हा पुणे जिल्हा लोकल बोर्डामध्ये काम करीत होत्या, तेव्हा

त्यांच्या बुद्धिवादी विचारसरणीला सामाजिक, राजकीय कार्यातून व अनुभवसमृद्धीतून वेगळेच तेज प्राप्त झाले. त्यात वाचनाच्या आवडीने तर विचारसामर्थ्य अधिकच विशाल झाले. प्रत्यक्ष शेतकरी, कामगारांमध्ये काम करताना, त्यांच्याशी संवाद साधताना, त्यांच्या अडचणी समजावून घेताना, त्यांचे प्रश्न सरकारपुढे मांडताना, तत्कालीन ब्रिटिश सरकारच्या धोरणांविरुद्ध आवाज उठवताना बाईंना समाजाच्या खऱ्या रूपाची जाणीव होत गेली. सामाजिक प्रश्नाचा आवाका किती प्रचंड आहे, याची खंत, बोचणी त्यांच्या मनाला यातूनच सतावू लागली. बाई स्वतः अंधश्रद्धा, धार्मिक अवडंबर, देवधर्म न पाळणाऱ्या, तर आबा तत्त्वनिष्ठ, न्यायप्रिय आणि तळागाळातील लोकांबाबत कनवाळू होते. माणसांतील देवत्वावर दोघांचाही विश्वास होता, त्यामुळे बाईंना प्रखरतेने जाणवू लागले, की समाजामध्ये मूलभूत सुधारणा करणारी, खऱ्या अर्थाने परिवर्तन घडविणारी माणसेच जन्माला आली नाहीत; फक्त कपड्यालत्त्यांत बदल झाला, आंतरजातीय विवाह होऊ लागले, शिक्षणामुळे थोडीफार सुधारणा झाली, पाश्चात्त्यांच्या आचार-विचारांचे अंधानुकरण केले गेले; पण याचा परिणाम भारतीय संस्कृतीवर होऊ लागला. या सर्वांमुळे जुनी भारतीय संस्कृती अडगळीत पडल्यासारखी झाली. जीवननिष्ठेचा एक मजबूत पाया महाराष्ट्रात कोणी घातलाच नाही. चळवळी घडून आल्या; पण त्यामुळे परिवर्तन घडून आले नाही. एकसंध समाजाची निर्मिती झाली नाही. जन्माने परमेश्वराने दिलेले हक्क समान आहेत, हे कधी मानलेच गेले नाही. माणसामाणसांत भेद करणारा धर्म हा दुःखाला कारणीभूत ठरला, तर जातीयवाद हा एखाद्या असाध्य रोगासारखा समाजात मिसळून राहिला.

मनाची, बुद्धीची कवाडे उघडी ठेवून बाई निरपेक्ष बुद्धीने, निश्चयाने सामाजिक कार्य करीत होत्या. समाजकारणामध्ये, त्यातील

विचारसरणीमध्ये, कार्यक्षमतेमध्ये मूलभूत बदल असणे बाईंना अपेक्षित होते. कोणतीही चळवळ किंवा चळवळीशी निगडित विचारसरणी ही त्या त्या काळाचे, तेव्हाच्या सामाजिक स्थितीचे अपत्य ठरते. वैचारिक बदल काळानुसार होतच राहतात. किंबहुना सामाजिक अभिसरण प्रवाही राहण्यासाठी अशा बदलांची जरुरीही असते. यातूनच त्यांची विचारसरणी हळूहळू समाजवादाकडे झुकू लागली. त्या नेहमी म्हणत, ''समाजातल्या तळागाळातल्या शूद्र, अतिशूद्र समजल्या जाणाऱ्या जातींतील लोकांना उच्चवर्णीयांप्रमाणेच सामन हक्क मिळावेत, विकासाची समान संधी मिळावी आणि समान दर्जा दिला जावा; पण असे होत नाही, त्यामुळे उत्पादनाच्या साधनांचे समानतेने वाटप होत नाही, उत्पादनाची साधने काम करणाऱ्याच्या मालकीची असली पाहिजेत. त्यासाठी जमिनीचे, उत्पादनाच्या साधनांचे समान वाटप व्हायला पाहिजे.'' लोकल बोर्डामध्ये असताना बाईंना सर्वश्री शंकरराव मोरे, केशवराव जेधे, काकासाहेब गाडगीळ या दिग्गजांशी वैचारिक देवाणघेवाणीची संधी मिळाली. त्यांच्या राजकीय कार्यातील अनुभवविश्वाबद्दल संवाद साधता आला.

श्री. ग. प्र. प्रधान सरांनी याबद्दल एक आठवण सांगितली : १९४२च्या 'चलेजाव चळवळी'दरम्यान प्रधान सर, शंकरराव मोरे यांना तुरुंगात जावे लागले. तिथे बारामतीचे विडी कामगार संघटनेचे नायडूही होते. स्थानिक शेतकऱ्यांच्या प्रश्नाबाबत व स्थानिक कार्यकर्त्यांबद्दल चर्चा करताना, शंकररावांनी बाईंबद्दल गौरवोद्‌गार काढले. ते म्हणाले, ''शारदाबाई या काही राजकीय कार्यकर्त्या नाहीत; पण गरीब शेतकऱ्यांची दुःखे त्यांना बरोबर समजतात. त्या ग्रामीण प्रश्नाच्या चांगल्या जाणकार आहेत. शेतकऱ्यांच्या प्रश्नांशी निगडित असलेल्या राजकीय व सामाजिक कार्यात त्यांचा वसंतरावांना पूर्ण पाठिंबा आहे.''

पुढे शंकरराव मोरे, केशवराव जेधे या प्रभृतींनी शेतकरी कामगार पक्ष स्थापन केला. बहुजन समाजातील मोठमोठी मंडळी त्यात सामील झाली. वस्तुतः शेतकरी कामगार पक्षातील बहुतांश मंडळींना सत्यशोधक चळवळीची परंपरा होती. आबा प्रारंभीच्या काळात बारामतीमध्ये शेतकरी कामगार पक्षाचे कार्य करीत. सभांतून भाषणेही करीत. दरम्यान, वसंतराव कायद्याची परीक्षा उत्तम रीतीने उत्तीर्ण होऊन वकीली करू लागले. खूप लहान वयात एक निष्णात कायदेपंडित म्हणून त्यांचा लौकिक निर्माण झाला. आपले म्हणणे चांगल्या प्रकारे समोरच्याला पटवून देण्याची हातोटी वसंतरावांकडे होती. अतिशय कमी कालावधीमध्ये त्यांनी अफाट जनसंपर्क निर्माण केला होता. गोरगरिबांना ते विनामूल्य कायदेशीर सल्ला व इतर मदत करीत. दौंड-शिरूर या दुष्काळग्रस्त भागांतून आलेल्या लोकांचे वकीलपत्र ते विनामूल्य चालवायचे, शिवाय जाताना त्यांनाच विचारायचे, एस टी ला पैसे आहेत का? नसतील, तर स्वतःच्या खिशातून काढून द्यायचे. वसंतराव बडोद्याला शिकायला होते, तेव्हा श्री. कोल्हटकर नावाचे प्राचार्य होते. ते कडवे, डाव्या विचारसरणीचे होते. वसंतरावही डाव्या विचारसरणीकडे झुकले. त्या काळचे काँग्रेसचे धोरण त्यांना पटले नाही. शेतकरी कामगार पक्षाची विचारसरणी त्यांना आवडली. त्यांच्यावर कम्युनिस्ट विचारसरणीचा प्रभाव होता. वकिलीमध्ये चांगला जम असतानाच, त्यांनी शेतकरी कामगार पक्षाचेही कार्य हाती घेतले होते. अल्पावधीतच ते लोकप्रिय तरुण नेते म्हणून मान्यता पावले. त्यांची प्रकृती काहीशी नाजूकच असे. घरात सर्वांत थोरले असल्याने धाकटी भावंडे त्यांचा फार आदर करीत. बाईंची शिकवण वसंतरावांच्या वाट्याला जास्त आली. ते शेतकरी कामगार पक्षाचे चिटणीस झाले.

जेजुरीच्या खाली कऱ्हा नदीवर नाझरा धरण आहे. हे धरण व्हावे

म्हणून वसंतरावांनी सत्याग्रह केला होता. जिराईत, बागायत सगळ्या शेतकऱ्यांचा मिळून मोर्चा काढला. 'धरण झालेच पाहिजे' यासाठी त्यांनी सरकारकडे आग्रह धरला. ते सरकारपुढे शेतकऱ्यांच्या अडचणी मांडायचे. विरोधी पक्षात असल्यामुळे त्यांचा दबदबा असे. समाजाच्या दृष्टीने चांगल्या गोष्टींसाठी, धोरणात्मक निर्णयासाठी, सरकारदरबारी ते आग्रह धरायचे. बारामती परिसरातील त्यांचे शेकापचे कार्य आणि अफाट जनसंपर्क पाहून १९५७च्या असेंब्ली निवडणुकीमध्ये संयुक्त महाराष्ट्र समिती पुरस्कृत शेतकरी कामगार पक्ष, प्रजासमाजवादी, समाजवादी पक्ष वगैरे घटक पक्षांतर्फे वसंतरावांना उमेदवारी देण्यात आली; पण प्रकृतीच्या कारणास्तव त्यांनी ही उमेदवारी नाकाराली, नाही तर ते निवडून आले असते.

स्वातंत्र्यलढ्याच्या काळात क्रांतिकारकांना मदत करण्यात बाई-आबांचा पुढाकार होता. क्रांतिसिंह नाना पाटील, शाहीर अमर शेख, वि. द. घाटे यांचे पवारांच्या घरी सतत जाणे-येणे असे. क्रांतिसिंह नाना पाटील यांनी तर बाईंना बहीणच मानले होते. स्वातंत्र्यलढ्याच्या काळात बाई स्वतः तुरुंगात गेल्या नाहीत, तरी अनेक काँग्रेस कार्यकर्त्यांना त्यांच्या भूमिगत अवस्थेत आपल्या शेतावरील घरामध्ये आश्रय देण्यामध्ये त्या आघाडीवर होत्या. ब्रिटिशांची दहशत असायची. सातारा हे भूमिगत कार्यकर्त्यांचे महत्त्वाचे ठिकाण होते. परिसरातील घडामोडींची माहिती देण्यासाठी माणसे पाठवून त्या निरोप देत. अशा कामांसाठी विश्वासू माणसांची निवड करावी लागे. ब्रिटिशांची करडी नजर आणि कडक पहारा चुकवून स्वातंत्र्यलढ्याचे आंदोलन सुरू ठेवणे तर गरजेचेच होते. अशी छोटी छोटी कामेही जोखमीने पार पाडावी लागत असत.

बाई-आबांच्या या सर्व सामाजिक, राजकीय कार्यातून काही विशिष्ट

ध्येयाने, तत्त्वाने, न्याय्य वृत्तीने कार्यरत राहण्याच्या प्रवृत्तीतून मुलांना खूप शिकवण मिळाली. स्वातंत्र्यापूर्वीच्या व स्वातंत्र्यानंतरच्याही सामाजिक, राजकीय बदलाच्या प्रवाहात, वैचारिक क्रांतिकार्यात ते नुसतेच सामील झाले नाहीत, तर झोकून देऊन या प्रवाहाला चांगले वळण लावण्याचा प्रयत्न त्यांनी केला, जेणेकरून पुढील काळामध्ये संपूर्ण राष्ट्राच्या जडणघडणीसाठी हा प्रवाह सातत्याने प्रवाहित राहील, खळाळत राहील. यासाठी मुलांनाही या कार्यामध्ये सामील करून देशाच्या उज्ज्वल भवितव्याची पायाभरणी करण्याचा कानमंत्र दिला.

* * *

२७

स्वातंत्र्य मिळाल्यानंतरचे पहिले मोठे जनआंदोलन म्हणजे संयुक्त महाराष्ट्राची चळवळ. ही चळवळ महाराष्ट्राच्या, मराठी भाषेच्या अस्मितेची होती. १९५६मध्ये बहुभाषिक मराठी राज्याची स्थापना झाली; पण मुंबईसह महाराष्ट्र राज्याची स्थापना करण्यात यावी, यासाठी चळवळ सुरू करण्यात आली. महाराष्ट्र एकीकरणाचा विचार असण्यामागे या चळवळीतील कार्यकर्त्यांची भूमिका प्रामुख्याने अशी होती, की हिंदुस्थानातील कोणत्याही एकभाषी प्रदेशापेक्षा महाराष्ट्र अधिक एकजिनसी आहे. संपूर्ण महाराष्ट्रात बारामतीतील आंदोलनाचे प्रमुख केंद्र म्हणजे पवारांचे घर होते. त्यांच्या घरासमोरच व्यासपीठ तयार करून ठेवलेले होते, त्यामुळे सतत भाषणे, सभा, मोर्चा, धरणे यांचे केंद्रस्थान म्हणजे पवारांचे घर होते. ॲड. वसंतराव पवार तेव्हा पुणे जिल्हा संयुक्त महाराष्ट्र समितीचे अध्यक्ष होते. भाई एस. ए. डांगे, भाई एस. एम. जोशी, भाई ना. ग. गोरे, आचार्य अत्रे, शाहीर अमर शेख, वि. द. घाटे, क्रांतिसिंह नाना पाटील यांच्या सभा तिथे होत. ही सर्व मंडळी पवारांच्या घरी वास्तव्यास असत. या सर्व थोर क्रांतिकारी व्यक्तींचा परिचय बाईंच्या मुलांनाही अगदी जवळून झाला. या मोठ्या व्यक्तींचा विलक्षण साधेपणा सर्वांनी जवळून पाहिला. मुलांच्या मनावर या सर्वांच्या व्यक्तिमत्त्वाचा कळत-नकळत प्रभाव पडत असे. घरी आलेल्या नेत्यांचे मोठ्या आदराने स्वागत केले जात असे. या चळवळीत बाईंच्या नेतृत्वाखाली महिलांनी मोर्चा काढला. कुबडी घेऊन बाई मोर्चाचे नेतृत्व करीत होत्या. याचा परिणाम म्हणजे, त्यांना एक दिवस तुरुंगात डांबण्यात आले. बारामती परिसरामध्ये या आंदोलनाची व्याप्ती मोठ्या प्रमाणावर होती. त्यामध्ये सांगवी, शिरवली, लाटे येथील मंडळींचा प्रामुख्याने सहभाग होता. येथील काही मंडळांनीही त्या वेळी सत्याग्रह, उपोषण केले होते, त्यातून तुरुंगवासही भोगला होता. संयुक्त

महाराष्ट्राचे आंदोलन चिरडून टाकण्यासाठी मुंबईमध्ये मोरारजी देसाईंनी जुलूम-जबरदस्ती केली. आंदोलकांवर गोळीबारही झाला. त्यात १०५ हुतात्मे झाले. या पार्श्वभूमीवर बारामतीतील भाजी मार्केट पटांगणावर संयुक्त महाराष्ट्रवादी नेत्यांच्या अटकेचा निषेध करण्यासाठी जाहीर सभा भरली होती. वसंतराव पवार यांनी या सभेत भाषण केले. महाराष्ट्रीय आमदारांनी या प्रसंगी त्वरित राजीनामे द्यावेत, अशी मागणी त्यांनी केली होती. वसंतरावांची संयुक्त महाराष्ट्राच्या चळवळीत महत्त्वपूर्ण कामगिरी होती. १ मे १९६० रोजी महाराष्ट्र राज्य निर्माण झाले. या सर्व कार्यामुळे वसंतरावांचा जनसंपर्क प्रचंड वाढला. १९५९मध्ये ज्येष्ठ नेते खासदार केशवराव जेधे यांचे निधन झाले. त्यांच्या रिकाम्या झालेल्या जागी पोटनिवडणूक जाहीर झाली. त्यांचा मुलगा गुलाबराव यांना काँग्रेसचे तिकीट मिळाले. असेंब्ली निवडणुकीमध्ये वसंतरावांनी उमेदवारी नाकारली होती, त्यामुळे या निवडणुकीमध्ये मात्र श्री. एस. एम. जोशी, भाऊसाहेब राऊत, दादासाहेब गायकवाड, भाऊराव गायकवाड या मंडळींनी पक्के ठरवले, की आता वसंतरावांची इच्छा असो-नसो, त्यांनाच उमेदवारी द्यायची. त्याप्रमाणे संयुक्त महाराष्ट्र समिती पुरस्कृत शेतकरी कामगार पक्षाचे उमेदवार म्हणून वसंतरावांना उमेदवारी देण्यात आली. गाडीच्या चित्रावर त्यांनी निवडणूक लढवली. मतदारसंघही बारामतीपासून जुन्नरपर्यंत आकाराने खूप मोठा होता. संपूर्ण मतदारसंघात माहिती असलेले वसंतराव हेच एकमेव उमेदवार होते, त्यामुळे संपूर्ण महाराष्ट्राचे लक्ष लागून राहिलेली ही लढत होती.

यशवंतराव चव्हाणांनी मुख्यमंत्री या नात्याने प्रचार मोहिमेचे नेतृत्व आपल्याकडे घेतले. वसंतरावांचा पराभव करण्यासाठी काँग्रेसला सर्व शक्ती पणाला लावावी लागली. यशवंतराव चव्हाणांच्या नेतृत्वाखालील मंत्रिमंडळाने या निवडणुकीमध्ये सर्व प्रकारचे डावपेच वापरले. सर्व

काँग्रेस मंत्रिमंडळ बारामतीत तळ ठोकून होते.

समितीच्या नेत्यांपैकी भाई एस. एम. जोशी, क्रांतिसिंह, आचार्य अत्रे, बॅ. नाथ पै, भाई डांगे अशा मैदानी तोफांचा काँग्रेसवर भडिमार सुरू झाला; तसेच शाहीर अमर शेख यांच्या कलापथकाचा झंझावाती दौरा सुरू झाला. सारा मतदारसंघ ढवळून निघाला. सामना अटीतटीचा होता. ही निवडणूक काँग्रेसला फार शर्थीने लढवावी लागली. शरदराव तेव्हा पुण्यात महाविद्यालयीन शिक्षण घेत होते. त्यांनी त्या वेळी काँग्रेसचे काम केले होते. बाईंचा दोन्ही मुलांच्या निर्णयांना पाठिंबा होता; पण निवडणूक काँग्रेसने जिंकली. बाईंना अपयश, पराभव कधी माहितीच नव्हता. हे अपयश पचवणे बाईंना कठीण गेले. त्यांना हार सहन झाली नाही. समुद्राची रेती हाताने उचलून मूठ भरण्याचा कितीही प्रयत्न केला, तरी ती स्वतःच्याच नकळत हातातून निसटून जाते. मन निराश होते; पण परत सावरते. हे तर स्वतःच्या मुलाचे भवितव्य घडविण्याचे स्वप्न होते, महत्त्वाकांक्षा होती. पहिल्याच निवडणुकीतील पराभव संपूर्ण कुटुंबाच्या मनाला चटका लावणारा ठरला. बारामती परिसरातील शेतकरी कामगार पक्षाचा प्रभाव कमी होऊ लागला. पुढे वसंतरावांच्या जाण्याने तर शे.का.प.चा बहर ओसरला. बाई उद्विग्न, अस्वस्थ झाल्या. वसंतरावांच्या जाण्यानंतर बाईंना शेतकरी कामगार पक्ष विसरणे भाग पडले. शरदरावांच्या रूपाने काँग्रेसला तरुण, तडफदार नेतृत्व मिळाले, त्यामुळे बाई नाइलाजाने पक्ष विसरून शरदरावांच्या कामगिरीला पाठिंबा देत गेल्या. तरीही काँग्रेसकडे वळताना बाईंचे मन साशंकच असायचे, की 'काँग्रेसप्रणीत समाजवादी समाजरचना तळागाळातल्या जनतेला कसा न्याय मिळवून देईल?' त्या म्हणत, ''सध्याचा काँग्रेसप्रणीत समाजवाद हा आधी समृद्धी, नंतर वाटप असा आहे. तो मला पटत नाही. काँग्रेसला समाजवादी समाजरचना निर्माण करण्याचे कार्य करावयाचे असेल, तर

काँग्रेसही प्रथम श्रमजीवी, शेतकरी, कामगार व गरीब मध्यमवर्ग यांचा विश्वास संपादन करणारी असली पाहिजे, तरच संपत्तीच्या वाटपामध्ये गरिबांना आधी न्याय मिळेल आणि त्यातूनच खऱ्या अर्थाने एकसंध समाजाची निर्मिती होऊ शकेल.''

खेड्यात राहिलेल्या, लौकिक अर्थाने फारसे शिक्षण न घेतलेल्या स्त्रीची स्वतःच्या अनुभवातून निर्माण झालेली ही परखड, पण प्रगल्भ विचारसरणी दुर्लक्षिली गेली, असेच वाटत राहते. बाईंना तसे तर आयुष्य कमीच मिळाले. त्या दुःखाचे डोंगर पार करीत राहिल्या. अपेक्षाभंग आणि निराशा हातात हात घालून सावलीसारख्या बाईंची साथ देत होत्या. अनपेक्षितपणे आलेली संकटे आणि मुलांच्या भवितव्याची काळजी यांच्या संघर्षात बाईंनी स्वतःला झोकून दिले. स्वतःकडे दुर्लक्ष केल्याने त्यांचे शरीर काळजीने, चिंतेने पोखरले गेले. याचे दृश्य परिणाम त्यांच्या शेवटच्या काळातील आजारपणात दिसले. त्यांना स्वतःच्या मनाला सततच मुरड घालावी लागली. परिस्थितीपुढे सततच झुकावे लागले. नियतीपुढे सततच हरावे लागले. या सर्व गोष्टींचे मूळही तितकेच हृदयद्रावक आहे.

* * *

२८

वर्ष १९६२. ता. २ सप्टेंबर. हरितालिकेचा दिवस. हा दिवस बारामती पंचक्रोशीतील प्रत्येकाच्याच अजूनही नीट लक्षात आहे. बाईंच्या आतापर्यंतच्या आयुष्यातील सर्वांत क्रूर दिवस. या दिवशी खरे तर वसंतराव स्वतःच धाकटे बंधू माधवरावांसाठी मुलगी पाहण्यासाठी मुंबईला जाणार होते; पण अंगात थोडी कणकण वाटू लागल्याने त्यांनी जाणे रद्द केले आणि बाई-आबा दोघे मुंबईला गेले. मुंबईला निघताना बाई-आबांच्या मनाला यत्किंचितही जाणीव नसेल, की इकडे अघटित काही घडेल. स्वतःच्या हयातीत अवघ्या पस्तीस वर्षांच्या उमद्या मुलाच्या मृत्यूचा आघात, म्हणजे आईच्या जिवाची नियतीने केलेली क्रूर चेष्टाच. वसंतराव ऊर्फ दादासाहेब बाईंचा सर्वांत लाडका, शांत, मनमिळावू स्वभावाचा मुलगा. बाईंचे वय होते तेव्हा ५१ वर्षांचे! मृत्यू जीवनातील एकमेव शाश्वत सत्य, मानवी जीवनातील एक दाहक वास्तव. वसंतरावांच्या जाण्याने बाईंचे मन व्याकूळ झाले.

स्वप्न पाहणे नेहमीच सोपे असते. पाहिलेले स्वप्न प्रत्यक्षात उतरवणे बाईंसारख्या बुद्धिमान स्त्रीसाठी अवघड नव्हते. तशी स्वप्नांची पूर्तीही बाईंनी केलेलीच होती. वसंतरावाच्या बाबतीत पाहिलेली सर्व स्वप्ने अचानकपणे काळाच्या पडद्याआड गेली. हातातोंडाशी आलेल्या कर्तबगार मुलाचा ऐन उमेदीतील मृत्यू पचविणे मात्र बाईंना अवघड गेले. त्यांना सतत वसंतरावांची उणीव जाणवत राहिली. त्या म्हणत, ''मोठमोठ्या आजारांतून मी त्याला बाहेर काढले. अपघातातूनही बाहेर काढले असते; पण इथे मात्र मी काहीच करू शकले नाही.'' वसंतराव गेल्यानंतर त्या सतत अस्वस्थ असायच्या. रात्रंदिवस बाहेर पायरीवर बसायच्या; पण सर्वांसमोर रडायच्या नाहीत. आबा मात्र वसंतरावांच्या आठवणीला अश्रूंद्वारे वाट करून द्यायचे. बाईच त्यांना समजावयाच्या आणि सांगायच्या, मुलांसमोर रडायचे नाही. आपणच धीर सोडला,

तर धाकट्या मुलांनी कोणाकडे पाहायचे? बाईंची मनःस्थिती विषण्ण असायची. थोरल्या सुनेला- शीलाला सावरण्यासाठी अनेक वर्षे गेली. बाकी मुला-मुलींची शिक्षणाची, व्यवसायाची, संसाराची घडी बसवायची होती. सांसारिक कर्तव्ये अजून पार पाडावयाची होती. सर्वच बाजू संकटांनी, अडचणींनी, निराशेने घेरल्या गेल्या आहेत, असे बाईंना वाटे. खरोखरीच संपूर्ण घराची पुनर्उभारणी करून प्रवाहात सामील होणे काही सोपे, सुलभ, सहज नव्हते. वसंतरावांनंतर संपूर्ण कुटुंबाला मुख्य प्रवाहात सामील करून पुनर्उभारणी करण्याचे मोठे आव्हान होते. मागचे पान उलटून पुढच्या पानापासून सुरवात करणे एक वेळ सोपे असते; पण मागची पाने फाडून टाकून पुढची पाने लिहिली जात नाहीत. कुटुंबाची प्रगती थांबलेली राहून चालणार नव्हते. बाईंपुढे कधीही कोणताही सोपा, सुलभ मार्ग नव्हता, सहजगत्या हातात काही पडले नव्हते. संघर्ष, लढा हेच बाईंकडचे संकटांना सामोरे जातानाचे बळ व अस्त्र होते.

असामान्य कर्तृत्वाच्या, ध्येयवादी, प्रयत्नवादी व्यक्तींनाही काही काळ निराशेत कंठावा लागतो. बाई मनातून असह्य विचारांनी अस्वस्थ होत. अश्रूंना कोसळताना थोपवणे एक वेळ सोपे असते; पण कोसळलेल्या मनःस्थितीला आवरणे कठीणच. आईचे मन तर कायमच मुलांभोवती रुंजी घालीत राहते. तरीही बाईंनी स्वतःला सावरण्याचा प्रयत्न केला. स्वतःचे दुःख कधी जगापुढे मांडले नाही. त्यांच्या मनात खळबळ माजत असे, की शेतकरी कामगार पक्षाच्या कार्याचा, लोकसंग्रहाचा जो प्रचंड व्याप उभारला आहे, तो इथेच संपतो की काय? बाईंनी एकदा थोरल्या मुलीजवळ विचार बोलून दाखवले, की 'पवारांचे घर संपले नाही पाहिजे. एवढी प्रगती केलेली कामगिरी कोणी तरी अजून पुढे नेली पाहिजे. संपूर्ण बारामती, पुणे परिसरातील शे.का.प.चा जोर कमी झाला होता. पवारांच्या घरी लोकांचे येणे-जाणे कमी झाले होते.

आतापर्यंतचा प्रवास जेवढ्या जिद्दीने बाईंनी पुढे नेला होता, त्या सर्व कष्टाचे, कार्याचे वसंतरावांनंतर पुढे काय होईल, याची काळजी, भय बाईंना वाटत होते. मनुष्यप्राण्याच्या आयुष्यात देवाने सर्व गोष्टींबरोबर भयही दिले आहे. हे भय सावलीसारखे मनुष्याबरोबर असते. भय असते भविष्याचे, ठरविलेली गोष्ट होईल की नाही याचे, घेतलेले निर्णय चुकतील की काय याचे. यानंतरची जवळपास दोन-तीन वर्षे बाईंसाठी फार कठीण गेली.

या सर्व काळात अप्पासाहेबांचा बाईंना भक्कम आधार तर होताच; पण बाईंची ही अस्वस्थता, विषण्णता, धास्ती शरदरावांनी खोटी ठरवली. घरातील वातावरण शेतकरी कामगार पक्षाचे. वसंतराव जरी शेतकरी कामगार पक्षाचे होते, तरी शरदराव मात्र काँग्रेसकडे ओढले गेले होते. बाईंनी मुलासाठी स्वतःच्या मनाला मुरड घातली. स्वतःच स्वतःची समजूत काढली. पक्ष बाजूला ठेवून मुलाच्या कार्याला पाठिंबा द्यायचे त्यांनी ठरवले. स्वतःच्या मनातली खळबळ कधीही कोणासमोरही उघड केली नाही. वरकरणी दाखवले, की दुःख गिळले, वास्तव स्वीकारले. महान व्यक्तींसाठी निराशेचा कालावधीही मोठा असू शकत नाही. प्रकाशाचा, आशेचा किरण दिसू लागताच त्यांचे आत्मबळ व दुर्दम्य इच्छाशक्ती जागृत होते आणि मनाचे तेज पुन्हा टवटवीत होऊन ते आपल्या कार्याला प्रारंभ करतात. बाईंना हा आशेचा किरण शरदरावांच्या रूपाने दिसू लागला.

बाईंनी शरदरावांकडून तळागाळातल्या जनतेच्या सेवेचीच अपेक्षा केली. शरदरावांनीही सामाजिक जाणीव मनात ठेवून राजकीय लोकशाहीला सामाजिक आशय देण्याचे महत्त्वाचे कार्य केले. त्यापासून ते आजही ढळलेले नाहीत.

* * *

२१

बाईंनी आपल्या प्रत्येक मुलाशी फार वेगवेगळ्या पद्धतींनी नाते जपले. प्रत्येकाच्या आयुष्याला विशिष्ट वळण दिले. प्रत्येकाच्या व्यक्तिमत्त्वाला साजेसे पैलू पाडले. मानसिक, भावनिक सुरक्षितता दिली. चुकणारी पावले कशी सरळ पडतील, हे नीट शिकवले. प्रत्येकातील गुण हेरून, त्यांच्या आवडीप्रमाणे, स्वतंत्रपणे त्या गुणांना प्रोत्साहन देत, प्रत्येकाला फुलू दिले. नात्यांमधल्या गुंत्याची परमेश्वराने फार सुंदररीत्या गुंफण केली आहे, त्यातील प्रत्येक धागा वेगळ्या रूपाने, वेगळ्या पद्धतीने एकमेकांशी बांधला गेला आहे; पण जीवनाचे महावस्त्र ज्या धाग्यांनी विणलेले असते, त्यातील काही धागे नशिबाचे, काही स्वत्वाचे, तर काही प्रयत्नांचे असतात. कधी कधी नशिबाचे आणि संधीचे फासे वेगळेही पडू शकतात. बाईंनी या प्रत्येक धाग्यातील वेगळेपणा जपताना सारासार विचार केला. धाग्यांचा गुंता न होण्याचे कसब कौशल्याने वापरले आणि म्हणूनच एकत्रित असूनही, प्रत्येक धागा स्वतःचे स्वतंत्र अस्तित्व दाखवून देऊ शकला.

एकदा बाहेर पाऊस पडत होता. कामावर जाण्यासाठी म्हणून प्रतापराव निघाले. सायकल बाहेर काढली; पण पाऊस असल्याने, भिजत जायला नको, अशा विचाराने ते परत फिरले. सायकल ठेवली आणि घरात आले. बाईंनी हे पाहिले आणि विचारले, ''तू कामावर गेला नाहीस?'' प्रतापराव म्हणाले, ''जाणार होतो; पण बाहेर पाऊस आहे, म्हणून रद्द केले.'' बाई ताबडतोब म्हणाल्या, ''ऊन-पावसाचा न् तुझ्या कामावर न जाण्याचा संबंध काय?'' कोणतेही काम कोणी सांगितलेले असो अथवा स्वतः स्वीकारलेले असो, ते पूर्ण करताना कसल्याही सबबी पुढे करावयाच्या नाहीत, हा बाईंचा दंडक होता. त्यांच्या सर्वच मुलांच्या कार्यात हा संस्कार घट्टपणे आढळतो.

शरदरावांसाठी पक्ष विसरून, स्वतः कुबडी घेऊन बाई प्रचारासाठी

फिरू लागल्या. घरच्यांना त्यांनी तयार केले, की हे सर्व स्वीकारले पाहिजे. आता शेतकरी कामगार पक्ष विसरून शरदच्या निवडणुकीत मदत झालीच पाहिजे. 'पुनश्च हरि ओम्' या नात्याने बाईंना हे सर्व उभारायचे, स्वीकारायचे, सावरायचे होते. शरदरावांचे विरोधक जेव्हा त्यांच्या पक्षाचा प्रचार करण्यासाठी बाईंच्या दारी आले, तेव्हा बाईंनी मोठ्या मनाने त्यांना घरात बोलावले. चहापाणी केले. विरोधकांनाही चांगल्या दर्जाची वागणूक देण्याचे उपजत भान त्यांच्याजवळ होते. या निवडणुकीत प्रचंड बहुमताने शरदराव निवडून आले. आमदार बनून मुंबईत पोचल्यावर मतदारसंघाला विसरणाऱ्या नेत्यांपैकी शरदराव नव्हते. त्यांनी सुरू केलेली विकासाची कामे फक्त मते मिळविण्यासाठी नव्हती. सामाजिक ऋणाची जाणीव ठेवून, समाजाचे काही देणे लागतो या शिकवणीतून ते कामे करीत होते. बाईंनी घालून दिलेला सामाजिक समतेचा आदर्श जपत होते. महात्मा फुले, राजर्षी शाहू महाराज या धुरिणांनी घालून दिलेला धार्मिक, सामाजिक न्याय व समतेसाठीचा लढा पुढे चालू ठेवू पाहत होते. या कार्यासाठी सत्तेचा आधारही त्यांना मिळत गेला. १९७२च्या विधानसभा निवडणुकीतही प्रचंड मताधिक्क्याने ते निवडून आले. या वेळी ते महाराष्ट्र राज्य मंत्रिमंडळात गृह, सामान्य प्रशासन, अन्न व नागरीपुरवठा या खात्यांचे राज्यमंत्री झाले. बाईंच्या आयुष्यातील शेवटच्या पर्वातील हे एकमेव लौकिक अर्थाचे यश बाईंना पाहायला मिळाले.

बाई सांसारिक, कौटुंबिक कर्तव्यपूर्तीत कुठेही कमी पडल्या नाहीत. सर्व मुला-मुलींची विवाहकार्ये त्यांनी यथासांग पार पाडली. मुलींची बाळंतपणे केली. मुलींच्या संसारातील सुरवातीच्या आर्थिक अडचणी सोडवायला हातभार लावला; पण 'स्वतःचे संसार स्वतःच नेटकेपणाने, धैर्याने पेलले पाहिजेत,' याची समजही दिली. मुलींच्या संसारात

स्वतःहून ढवळाढवळ केली नाही. घरातील लग्न, इतर समारंभ अशा कार्यात शरदरावांचीही बाईंनी मदत मिळत असे. सर्व मुले शिक्षण, व्यवसाय, नोकरीमध्ये स्थिरस्थावर होऊ पाहत होती. पांडुरंगअण्णांवरही बाईंनी पुत्रवत् प्रेम केले. त्यांना शिकवले, सांभाळले. पांडुरंगअण्णा म्हणतात, ''बाईंनी माझ्यात व बाकी भावंडांमध्ये कधी फरक केला नाही. स्वतःची शेती माझ्या नावावर वर्ग केली. बाईंच्या शिस्तीमुळेच आमच्या आयुष्याला योग्य वळण मिळाले.'' आई-मुलांच्या नात्यातील हा खरोखरीच सुंदर धागा आहे. बाईंच्या अकराही मुलांच्या वाटा अकरा प्रकारे मार्गस्थ झाल्या; पण तरीही बाई-आबांना अजून एक मुलगा हवा होता असे वाटे. तो डॉक्टर व्हावा आणि त्याने समाजाची सेवा करावी, अशी त्यांची इच्छा होती.

कुटुंबात एखाद्याचे अत्युच्च कर्तव्य असले, म्हणजे इतरांची कर्तबगारी फारशी जाणवत नाही; पण या भावंडांत तसे दिसत नाही. सर्व भावंडांनी वेगवेगळी क्षेत्रे आपल्या कर्तबगारीने गाजवली. आपापल्या क्षेत्रात यशस्वी वाटचाल केली. घरातील एकंदरीत वातावरण असे आढळते, की राजकारण घराच्या उंबरठ्यावर थबकून राहते. शरदरावांना राजकीय वाटचालीत घरच्यांकडून कोणतेही साह्य होत नाही; परंतु त्यांच्या मार्गात घरच्यांकडून कोणत्याही अडचणी निर्माण होऊ नयेत, म्हणून घरातील सर्व नेहमीच जागरूक असतात. सर्वांचे राहणीमान, वागणेबोलणे अतिशय साधे आहे. जमिनीवर पाय ठेवून सर्व जण चालतात. गर्व, अहंकार, मिथ्याभिमान त्यांच्या जवळपासही जाणवत नाही; पण कार्यकर्तृत्वाचा लढाऊ बाणा मात्र सर्वांकडे नक्कीच आहे! या सर्व गोष्टींचे मूळ बाई-आबांच्या वैचारिक निष्ठेत आहे. 'बीज दमदार असेल, तर वृक्ष चांगलाच फोफावतो.' अरण्यात विविध प्रकारची झाडे असतात. फळे, फुले, फांद्या याबाबतीत ती परस्परभिन्न असतात; पण

या सर्वांचे भरणपोषण करणारी भूमी एकच असते. संपूर्ण पवार कुटुंबाला आधारवडाप्रमाणे असलेले आई-वडील हीच एकमेव गोष्ट या कुटुंबाच्या वटवृक्षाला एकत्र बांधून ठेवण्यास समर्थ ठरली.

बाई-आबांचे आताचे कुटुंब म्हणजे कुटुंबसंस्थेचे ऐश्वर्यच म्हणावे लागेल. बाई-आबांना सात मुले व चार मुली. या सर्वांची मुले, सुना, जावई, नातेवाईक म्हणजे मोठा गोतावळा आहे. यात आता आजी, आजोबा, आत्या, काका, काकी, मामा, मामी, मावशी, नातवंडे अशी सर्व नाती सामावलेली आहेत. या कुटुंबवृक्षाच्या लहान-मोठ्या फांद्या, पारंब्या आहेत. पवार घराण्याचा हा सगळाच वटवृक्ष जनतेस प्रिय आहे. या वटवृक्षाच्या फांद्या, मुळ्या दूरवर पसरलेल्या आहेत, विस्तार पावलेल्या आहेत; पण मुळापासून फळापर्यंत सर्व प्रकारे धारणा असलेला सामाजिक जीवनरस मात्र एकच एक आहे.

* * *

३०

बाईंच्या खडतर कष्टांना फळे येऊ लागली आहेत, असे दिवस- अशी स्थिरता येऊ पाहत होती. मुलांच्या प्रगतीमध्ये, मुले मोठी होताना, स्थिरावताना पाहणे यापेक्षा निर्भेळ आनंद आईला दुसरा कोणता असणार? पण बाईंना मात्र पवार कुटुंबाची व्यावसायिक क्षेत्रातील प्रगती पाहण्याचे सुख मिळाले नाही. म्हातारपणीच्या आयुष्यातील सुखाचे निवांत क्षण त्यांना अनुभवायला, उपभोगायला मिळाले नाहीत. त्यांच्या आयुष्याची सकाळ धूसर, दुपार तेजस्वी, तर तिन्हीसांज झाकोळलेली गेली. वसंतरावांच्या जाण्याच्या आघातानंतर बाई काहीशा विमनस्क, उद्विग्न झाल्या. उणीपुरी तेवीस वर्षे कुबड्यांच्या आधाराने चालत राहिल्या. अतिशय जिद्दी, महत्त्वाकांक्षी, करारी व्यक्तिमत्त्व शेवटच्या दिवसांत मात्र नियती नावाच्या विचित्र खेळापुढे हतबल होत राहिले. शेवटी शेवटी परिस्थितीमुळे बदलल्या गेल्या. नशिबावर, देवादिकांवर, ज्योतिषावर कधीही विश्वास न ठेवता, येईल त्या परिस्थितीला समर्थपणे तोंड देणाऱ्या बाईंनी एकदा मात्र ज्योतिष पाहणाऱ्याला बोलावून घेतले, ते प्रतापरावांचे भविष्य पाहण्यासाठी.

प्रतापराव मुलांमध्ये सर्वांत धाकटे. शेवटच्या काळात बाईंना त्यांची काळजी वाटत असावी. या काळात बाई आजारी होत्या. आजार बळावत होता, बाईंनी सर्व काही ओळखले होते. एकदा यादवअक्कांना त्या म्हणाल्याही होत्या, ''माझी मुले मला सांगत नाहीत आजाराबद्दल; पण मला माहिती आहे, मी यातून काही वाचणार नाही.'' बाईंनी स्वतःचे मृत्युपत्र करून घेतले होते. त्यात कोणाला काय द्यायचे याची यादी होती. या यादीत सर्वांत शेवटी त्यांच्या नातीला-नीताला त्यांनी स्वतःच्या कानातल्या कुड्या दिल्या होत्या. बाईंच्या अंतसमयी अतीव वेदनेमुळे त्या भिंतीशी तोंड करून, हाताच्या मुठी वळून वेदना सहन करीत; पण दुःख चेहऱ्यावर कधीच दाखवत नसत. मरणाला शांतपणे सामोरे जाताना

बाईंनी क्षणभंगुर जीवनाच्या अशाश्वतीची नक्कीच जाणीव ठेवली असावी.

पिकलेले फळ कधीतरी देठाला सोडणारच असते. पिकलेले पान कधीतरी झाडाला सोडून गळणारच असते. अव्याहतपणे चालणाऱ्या निसर्गचक्रातील या नियमांना कधी कोणी बाधा आणू शकले आहे का? जीवनातील हव्यास संपवायला, चित्तवृत्तींचा निरोध घडवायला, आत्मतृप्तता असावी लागते. त्यासाठी मनाला विवेकाची आणि वैराग्याची संगत धरावी लागते. बाईंसारखी स्वयंप्रज्ञ व्यक्ती तर स्थितप्रज्ञतेने सर्व स्वीकारण्यास तयार होती.

शरदराव 'रामटेक'ला राहत होते. बाई काही दिवस त्यांच्याकडे होत्या. एकदा गाडीतून त्या, प्रतिभाताई चालल्या होत्या. एका सिग्नलजवळ अचानक गाडीचा दरवाजा उघडला; पण तेवढ्यात सिग्नल सुरू झाला व दरवाजा बंद करताना बाईंचा अंगठा त्यात सापडला. हे ड्रायव्हरच्याच काय; पण कुणाच्याच लक्षात आले नाही. बाईंनी सिग्नलपाशी गाडी थांबवली नाही. वाहतुकीचा खोळंबा नको म्हणून सिग्नल ओलांडून गाडी पुढे जाऊ दिली आणि मगच ती थांबवायला सांगितली. अंगावर शहारे आणणारा प्रसंग होता! सारे पचवण्याची, सहन करण्याची, स्वीकारायची अमर्याद शक्ती त्यांनी अंगी बाणवली होती; पण चेहऱ्यावरचे दुःख लपवूनच!

आजारपणात त्यांना पथ्यपाणी फार पाळावे लागे; मात्र त्याकडे त्या दुर्लक्ष करीत, हट्टीपणा करीत. काही दिवस पुण्यात माधवरावांकडे राहिल्या. त्यांना काटेवाडीला जाऊन राहावेसे फार वाटे; पण ते शक्य नव्हते. आयुर्वेदिक औषधोपचार सुरू होते. प्रकृतीत फारसा फरक नव्हता. त्यातच त्यांना कावीळ झाली. पुण्याच्या ताराचंद रामनाथ रुग्णालयात त्यांना दाखल करण्यात आले. अखेरच्या काळात त्या

बेशुद्धावस्थेत होत्या. त्या शुद्धीवर आल्याच नाहीत. याच अवस्थेत १२ ऑगस्ट १९७४ रोजी एक महान पर्व दिवंगत झाले. तेव्हा शरदराव महाराष्ट्र राज्याचे शेती खात्याचे मंत्री होते. शरदराव महाराष्ट्र राज्याच्या मुख्यमंत्रिपदी विराजमान झालेले पाहण्याचे भाग्य बाईंना लाभले नाही.

बाईंची आबांना भरभक्कम साथ लाभली. एकोणपन्नास वर्षांच्या संसारात मुलांचे संगोपन, शिक्षण, लग्नकार्य, व्यावसायिक स्थिरता, सर्व सांसारिक कर्तव्ये, जबाबदाऱ्या पार पाडताना वर्षे कशी, कधी निघून गेली. काळ काही थांबला नव्हता. आता सांसारिक जबाबदाऱ्या तशा काही उरल्या नव्हत्या. सर्व मुलांचे संसार सुरळीत मार्गी लागल्याचे, नातवंडे पाहण्याचे भाग्य दोघांनाही मिळाले. राहून गेले एकमेकांच्या सोबतीने घालविण्याचे उरलेसुरले चार दिवस. बाईंचा मृत्यू आबांच्या हयातीत झाला. आबांच्या संसारात साथ देताना त्यांनी मनाची शालीनता आणि विनम्रता कधी ढळू दिली नाही. त्यांच्या हृदयात कायमच मुलांची व पतीची काळजी असे. स्वतःच्या डोळ्यांतील अश्रूंना त्यांनी सर्वांसमोर नेहमीच थोपविले. स्वतःचे कणखरपण जपले. जवळपास एकोणपन्नास वर्षांच्या वैवाहिक जीवनाची, साथसोबतीची बाईंच्या मृत्यूने सांगता झाली. संपूर्ण घटना आबांसमोर सरसर येत होत्या. जड हृदयाने, धीरगंभीर मनाने, दुःखी अंतःकरणाने, विचारांनी भारावलेल्या मनःस्थितीत आबा जड पावले टाकीत अंत्ययात्रेत सहभागी झाले होते. सहप्रवासिनी आता खूप दूर गेली होती.

बाईंचे जाणे म्हणजे कापूर संपून जाताना मागे काहीही न उरता, फक्त सुगंध उरतो ते होय! त्यांच्या जाण्याने पवार कुटुंबीयांचा मार्गदर्शक तारा निखळला; पण त्यांनी जी मूल्ये, तत्त्वे कुटुंबात रुजविली, त्यांचा आदर, जपणूक मुला-नातवंडांकडून वर्षानुवर्षे होत आली आहे.

बाईंच्या जाण्यानंतर अस्वस्थ झालेले आबा पुढे जेमतेम चार वर्षेच

राहिले. त्यांना दम्याचा त्रास होता, तरी त्यांची प्रकृती शेवटपर्यंत चांगली होती. थोरल्या सुना शीलाताई आणि आशाताई आबांची वडिलांप्रमाणे काळजी घेत. आबांची दैनंदिनी अतिशय शिस्तबद्ध, काटेकोर असे. शरदराव महाराष्ट्र राज्याचे मुख्यमंत्री झालेले त्यांना पाहता आले. सर्व मुले व्यवस्थित मार्गी लागल्याचे त्यांनी पाहिले; पण मुख्यमंत्रिपदाच्या शपथविधी समारंभप्रसंगी आबांना बाईंची प्रकर्षाने आठवण झाली.

बाई-आबांचे प्रेम फळासारखे पक्व होत गेले. बाईंना सुख-दुःखात, आशा-निराशेत आबांचीच साथ होती. उदारहृदयी, संयमी, नितळ मनाचे आबा बाईंच्या बुद्धिवैभवाची, सुसंस्कृतपणाची कायम जाण, आदर ठेवून होते. बाईही आबांपाशी चंद्राच्या शीतल प्रकाशाप्रमाणे राहिल्या. सूर्योदयानंतर चंद्रप्रकाश जसा सूर्यप्रकाशात विलीन होऊन जातो, तशा त्याही आबांसारख्या तेजोगोलामध्ये समर्पित भावाने विलीन झाल्या. हळव्या स्वभावाचे आबा बाईंच्या आठवणीने दुःखीकष्टी होत. अंतकाळी काही दिवस ते पुण्यात थोरल्या मुलीकडे राहायला आले होते. पुण्यात असतानाच त्यांना दम्याचा जोरात ॲटॅक आला. त्यांना दवाखान्यात नेण्यात आले. तेथे ते जेमतेम दोनच दिवस राहिले. दवाखान्यातच २८ ऑक्टोबर १९७८ रोजी त्यांनी जीवनयात्रा संपवली.

आबांच्या अंत्यदर्शनासाठी आजूबाजूच्या परिसरातील व शेजारच्या जिल्ह्यांमधील शेकडो लोक आले होते. आबांचे ज्येष्ठ चिरंजीव पांडुरंगअण्णांनी चितेस अग्नी दिला. बाईंचेही उत्तरकार्य पांडुरंगअण्णांच्या हातांनीच केले गेले होते. दुपारच्या तापलेल्या उन्हात हजारो लोक शेताकाठी बसून होते. एक सहकारतज्ज्ञ, कर्तृत्ववान शेतकरी आणि सामाजिक कार्यकर्ते या नात्याने आबांवर असणारे प्रेमच त्यातून व्यक्त होत होते.

* * *

३१

प्रवाही व्यक्तिमत्त्व

बाईंच्या उण्यापुऱ्या चौसष्ट वर्षांच्या आयुष्याला अनेक कंगोरे आहेत. त्यांचे जीवन थांबले तर नाहीच; पण धावत्या पाण्यासारखे प्रवाही राहिले. पावसाचे पाणी जसे स्वतःची वाट काढीत झरा बनून वाहत राहते, तसेच त्यांच्या आयुष्याचा सुरवातीचा, बालपणीचा काळ हा खाचखळग्यांतून वाहणाऱ्या छोट्या झऱ्यांसारखा होता. वडिलांसमान काकासाहेबांच्या बोटाला धरून त्यांनी सुरवातीचे दिवस काढले. 'सेवासदन'मध्ये प्रवेश करून शिक्षणाची, संस्कारांची, शिस्तबद्ध जीवनाची शिदोरी घेऊन बाहेर पडल्या. शिक्षण घेऊन संसाराला सुरवात झाली. अडचणी काही संपलेल्याच नव्हत्या. झऱ्याचे रूपांतर धबधब्यात झाले, तरी पाण्याचे वाहणे काही थांबले नव्हते. जिल्हा लोकल बोर्ड, इतर सामाजिक कामे आणि संसार अशा सर्व आघाड्यांवर त्या भक्कमपणे लढत राहिल्या. इथे फरक इतकाच पडला, की इतरही छोटे छोटे झरे स्वतःत सामावून घेतले गेले. जसजसा काळ पुढे सरकत गेला, तसतशी कौटुंबिक, आर्थिक, सामाजिक स्थिरता येत गेली. पाण्याच्या वाहण्याला नदीचे रूप आले. कुटुंब वाढत गेले. या पाण्याची किती आगळीवेगळी रूपे अनुभवावीत? बाईंनी कधी कोणाबद्दलही पाठीमागे कुचेष्टा, निंदा-नालस्ती केलेली कोणी पाहिले नाही. नातवंडांशी गप्पा मारायच्या, त्याही अगदी थोडक्यात, काही चुकत असेल त्याबाबत. नातवंडांनी कोणतीही चांगली गोष्ट सांगितली, की म्हणायच्या 'हा माझा ढाण्या वाघ' आणि स्मितहास्य करत पाठीवर शाबासकीची थाप देत. पुढे सर्वच मुले मोठी झाल्यावर त्यांच्याशी बाई मनापासून मोकळेपणाने गप्पा मारायच्या. बाईंचे प्रेम हे असे हिरव्यागार गवतावरील सकाळच्या कोवळ्या सूर्यकिरणांत न्हाऊन निघालेल्या दवबिंदूंसारखे हळुवार होते. तिथे आदरयुक्त धाक होता, तसेच श्रावणात बरसणाऱ्या सरींसारखे चिंब करणारे प्रेमही होते. त्यांनी स्वतःच्या मुलींना घोड्यावर बसायला,

पोहायला, चारचाकी गाडी चालवायला, मोटारसायकल चालवायला शिकवले. सर्व खेळांत भाग घेऊ दिला. मुलींना घरातील नळदुरुस्ती, विजेच्या उपकरणांची दुरुस्ती वगैरे सर्व छोटी-मोठी कामे, त्याबरोबरच उत्तम स्वयंपाक, सर्व कला आल्याच पाहिजेत, याबद्दल त्या आग्रही असत. सरलाताई आणि सरोजताई लहान असताना, बाईंनी त्यांना एकट्यांना प्रवासाला पाठवून दिले आणि त्या दोघीच बारामतीहून साताऱ्याला नातेवाइकांकडे गेल्या.

डोळ्यांना ढापणे बांधून घाण्याभोवती फिरणाऱ्या बैलासारखे मुलांचे जीवन असावे, असे बाईंना कधीच वाटले नाही. जीवनातील सौंदर्याचा, नावीन्याचा आस्वाद घ्यावा, असे त्यांना वाटे. जगाच्या चिरंतन नावीन्याची जाणीव म्हणजेच जीवन. जीवनाचा हा अर्थ ज्याला कळतो, तो जगाला कशाला कंटाळेल?

बाईंच्या पायाला अपघात झाला, त्यात पाय मोडला, तरी त्या हिरमुसून गेल्या नाहीत. तशा अवस्थेतही साठाव्या वर्षी त्या गाडी चालवायला शिकल्या; तेही ड्रायव्हिंगचा क्लास लावून! तेव्हा त्या पुण्यात थोरल्या मुलीकडे राहायला होत्या. ड्रायव्हिंग शिकावे, इंग्रजी बोलता यावे, आधुनिक जगातील नवनवीन तंत्रज्ञानाची ओळख करून घ्यावी, ही त्यांची मनापासूनची इच्छा होती. मुलांचे परदेशातील मित्र घरी येत. त्यांच्याशी इंग्रजी बोलता यावे, म्हणून बाई इंग्रजी शिकण्याचा प्रयत्न करीत. वाटेमध्ये येणारा खड्डा भरून काढल्याशिवाय पाण्याला पुढे जाता येत नाही. बाईंसाठी मानवी जीवन हे अर्थशून्य नव्हते. या अस्तित्वात मुलांनी स्वतःच्या प्रयत्नांनी आशय साठवावा, ही विचारप्रेरणा त्यांनी निर्माण केली. त्यातूनच जीवनात संपन्नता आणावी, असे त्यांना वाटे. जगणे म्हणजेच जीवनकर्तव्यांची पूर्ती! मुलांच्या शिक्षणाचा, प्रगतीचा विचार करताना, त्यांचे भावनिक विश्व जपताना

बाईंनी स्वतःच्या भावनांना, मनाला मुरड घातल्याचे वेळोवेळी जाणवते. स्थिरचित्ताने, मूकपणे मुलांच्या यशापयशाप्रती त्या संमती दर्शवीत राहिल्या. मुलांना बाहेरगावी, परदेशात शिकायला पाठवताना त्यांच्या मनाने कच खाल्ली नसेल का?

हा नदीचा प्रवाह संथ नव्हता, खळाळणाराही नव्हता, तर धीरगंभीरपणे मार्गक्रमण करणारा होता. सर्व गोष्टी सामावून घेत प्रगल्भतेने पुढे जात होता. प्रवाहाला अडथळे आले; पण प्रवाहाची दिशा चुकली नाही, की भरकटली नाही. प्रवाह भलत्याच दिशेने कधी वाहिला नाही.

त्या एखाद्या योद्ध्याप्रमाणे जीवनात येईल त्या परिस्थितीला, संकटांना तोंड देत गेल्या. त्यांनी महत्त्वाच्या क्षणी योग्यच निर्णय घेतले. बाईंच्या या स्वभावाची झलक दिसली, ती स्थानिक राजकारण्यांच्या त्रासामुळे राजीनामा देऊन सोसायटीच्या नोकरीतून बाहेर पडायची वेळ आबांवर आली तेव्हा. आबांच्या निर्णयामागे त्या खंबीरपणे उभ्या राहिल्या; पण त्यांनी आबांना तत्त्वभ्रष्ट होण्याचा सल्ला मुळीच दिला नाही. सहचऱ्याच्या सुखदुःखात विनम्र भावानिशी झोकून देतानाची जी अपार शक्ती बाईंकडे होती, तिला मुळीच तोड नाही. निसर्गातील नदीमातेचे रूप मुळातच स्वच्छ, शांत, निर्मळ आहे.

मुलांची लग्ने होत गेली. सुनांना त्यांनी स्वतःच्या कुटुंबात सामावून घेतले. नव्या पिढीच्या आचार-विचारांना प्रोत्साहन दिले. सुनांवर त्या जबाबदारी टाकीत गेल्या. सुनांच्या स्वयंपाकात त्या कधीही लुडबूड करीत नसत. पोळी गोलच आली पाहिजे, हा आग्रह बाजूला पडला. थोरल्या मुलापासून सर्वांची लग्ने होत गेली, तशी ज्याची त्याची बिऱ्हाडे त्या वेगळ्या करीत गेल्या. वेगळे राहिल्याने सर्वांमध्ये प्रेम, विश्वास टिकून राहिला. परस्परांविषयी आदर ठेवताना, स्वतःचे क्षेत्रही प्रगतीच्या

दिशेने वाढवीत पुढे नेणे सर्वांना शक्य झाले. एकच मूलस्त्रोत असलेल्या प्रवाहातील भिन्नत्व वाढत जाते. कुटुंब भिन्न तऱ्हेने विस्तारले गेले; पण बाईंच्या कुटुंबाचे यश, म्हणजे विविध दिशांनी भिन्नपणे वाहणाऱ्या प्रवाहांना सर्व जलौघांचा मूलस्त्रोत एकमात्र असल्याचे भान राहिले आणि त्यामुळेच एकाच पर्वत माथ्यावर उगम पावणारे, भिन्न स्त्रोत अखेर एकाच नदीपात्रात विलीन होत गेले आणि नदीला भव्यता प्राप्त झाली.

बाईंना थांबणे माहिती नव्हते. हरणे माहीत नव्हते. मोठे व्हायचेच आहे, हेच त्यांचे सांगणे असे. मी करू शकत नाही, मला हे येत नाही ही वाक्ये त्यांना कधीही मान्य नव्हती. बाईंच्या लोकल बोर्डातील कार्यालाही ब्रिटिशांच्या धोरणांमुळे मर्यादा पडत होत्या; पण तरीही त्या कार्यरत राहिल्या. नदीच्या काठावर निवांतपणे उभे राहून तिच्या उसळत्या प्रवाहाची चर्चा करणे सोपे असते; मात्र या जीवनसरितेच्या प्रवाहातील जीवन-मरणाच्या झगड्यात ही चर्चा उपयोगी नाही. कणखर धारणेने व श्रद्धेने त्या प्रवाहात पोहणे महत्त्वाचे आहे. गुलाबाच्या फुलाला हात लावण्याअगोदर काट्यांची जाणीव ठेवावी लागते. काटे टाळूनच फुलाचा आस्वाद घेता येतो. तरीही प्रत्येकच गुलाबाच्या फुलाच्या नशिबी समारंभ नसतात, तसेच काहीसे त्यांच्या लोकल बोर्डामधील कार्यासंबंधी झाले. हे कार्य मात्र कधीही जगापुढे आले नाही.

हा प्रवाह खंडित होण्याची वेळ आली नाही का? निश्चितच अनेक वेळा; पण मांडलेला डाव हरण्यासाठी नाही, तर सतत जिंकण्यासाठीच आहे, ही धारणा असलेल्या बाईंचा स्वभाव खंडित होऊन गप्प राहणारा नव्हता! सर्वांत थोरला व जिवापाड प्रिय असलेला बाईंचा मुलगा वसंत! अचानक काळाने झडप घातल्याने घरावर शोककळा आली. भेटायला आलेली माणसे, घरातील सर्व जण गच्चीवर बसत असत. गच्चीला कठडा नव्हता. तेथून नकळत कोणी पडायची भीती होती. या प्रसंगाला

एक महिना उलटून गेल्यावर, बाईंनी गच्चीला कठडा बांधायला घेतला. रजनीताईंच्या आठवणीप्रमाणे, कठडा बांधणे हे निमित्त असावे, झाल्या प्रसंगातून सर्वांचे लक्ष बाजूला करून पुढे जात राहण्याचाच तो संदेश असावा.

बाई म्हणत, ''मीच जर बसले, तर घर बसेल.'' थोरल्या सुनेला-शीलावहिनींना त्यांनी फार धीर दिला. त्यांना पंधरा दिवस कुशीत घेऊन झोपल्या. सुनेचे मन रमावे, म्हणून तिला शेतीत लक्ष घालायला सांगितले. एकदा बाई त्यांना म्हणाल्या, ''तू शिक, वकील हो, तू माझा मुलगाच आहेस, मुलाच्या जागी वकील म्हणून तुझ्या नावाची पाटी लाव.'' या दांपत्याची मुलगी रजनी, तेव्हा सहाच वर्षांची होती. या सुनेला सर्वांनी आईच्या जागी मान दिला पाहिजे, अशीच बाईंची सर्व मुलांना ताकीद असे.

डोंगर समोर असेल, तर नदीचा प्रवाह डोंगराला वळसा घालून पुढे जातो; पण तो कधी खंडित होत नाही. परिस्थितीपुढे हताश होऊन थांबून राहणे हे वाहणाऱ्या प्रवाहाला कधीच माहिती नसते. वसंतरावांसारखी उमेद बाईंना शरदरावांत दिसून यायला लागली. १९६७ च्या निवडणुकीच्या वेळी बाईंनी घरातील सर्वांना सांगितले, ''पक्ष विसरून कामाला लागू आणि शरदच्या पाठीशी उभे राहू.'' निवडणुकीच्या आधी बाईंनी घरात असे सुरक्षित वातावरण तयार केले. परिस्थिती बदलवण्याची चांगली हातोटी बाईंकडे होती. घडलेल्या प्रसंगाला मोठ्या मनाने स्वीकारून त्यांनी परिस्थिती बदलवण्याचा व सर्वांना प्रवाहात सामील करून घेण्याचा आटोकाट प्रयत्न केला. अप्पासाहेबांना चंबळच्या खोऱ्यात नोकरी मिळाली. बाईंनी तिकडे जाऊन काम स्वीकारण्याचा सल्ला त्यांना दिला. घराबाहेर पडल्याशिवाय, बरे-वाईट अनुभव आल्याशिवाय जग कळत नाही, हा त्यामागचा उद्देश.

त्या वेळी तिथे मानसिंग म्हणून कुप्रसिद्ध दरोडेखोराची दहशत होती. अप्पासाहेबांनी ही पहिली नोकरी स्वीकारली. ४५ अंश सेल्सिअसपेक्षा अधिक तापमान असतानासुद्धा ट्रॅक्टर लावून शेतीची कामे केली. शेतीसुधारणेच्या पुढील काळातील भव्य कामगिरीतील ही पायाभरणी ठरली.

मीनाताईंना तेव्हा बाईंनी साताऱ्याच्या रयत शिक्षण संस्थेत महाविद्यालयीन शिक्षणासाठी ठेवले होते. बाईंनी त्यांच्या शिक्षणात अडथळा येऊ दिला नाही. पुढे मीनाताईंनी शैक्षणिक, सामाजिक चळवळीमध्ये फार मोठे कार्य केले. साहित्यिक क्षेत्राची त्यांना विशेष आवड आहे. त्यांचे सामाजिक क्षेत्रातील योगदान पाहून राज्यसरकारतर्फे त्यांना 'सावित्रीबाई फुले पुरस्कार' दिला गेला.

बाईंनी स्वतःला शेतीच्या कामांमध्ये गुंतवून घेतले. शेतात त्या विविध प्रयोग करीत असत.

पाणी हा रोजच्या जीवनाचा अविभाज्य भाग होय. नदीचे पाणी माणसाच्या रोजच्या जीवनातील सर्व गरजा भागवीत विस्तार पावत वाहतच राहते. बरोबर बाह्य गोष्टींना सामावून घेत राहते आणि विशाल जलप्रवाहात रूपांतरित होत जाते.

कुटुंब वाढत होते, तसे काळानुसार विचारसरणी बदलत होती, पिढ्यांमधील अंतरही वाढत होते. नंतर आलेल्या सुनांच्या आधुनिक विचारसरणीशी, त्यांच्याही कुटुंबातील आचार-विचारांशी जुळवून घेत बाई पुढे जात राहिल्या. बाईंच्या नातवंडांनाही बाईंचे जवळ असणे फार मोलाचे वाटे. ते म्हणतात, ''बाईंजवळ आम्ही असलो, म्हणजे आम्हाला कधीच कशाची भीती वाटायची नाही. खूप सुरक्षित वाटायचे.'' बाई म्हणजे संपूर्ण घरासाठी प्रखर प्रेरणेचा स्रोत होता. अंतसमयीच्या आजारपणातही त्या आजार घेऊन बसल्या नाहीत. हसतच बोलायच्या.

आजाराचा बाऊ करत नसत.

सर्वसमावेशक असे विशाल नदीपात्र अंतिमतः स्वतःला समुद्राला अर्पण करते. बाईंनीही आबांपाशी स्वतःला समर्पित केले. आबांचे मनही समुद्राइतकेच विशाल-व्यापक होते. बाईंनी स्वतःला नदीच्या पवित्रतेने आबांसारख्या विशालहृदयी सागराला समर्पित केले.

* * *

www.ingramcontent.com/pod-product-compliance
Lightning Source LLC
Chambersburg PA
CBHW080933240926
51849CB00003BA/447
* 9 7 8 9 3 8 9 8 3 4 8 3 3 *